சங்கமித்திரை சிறுகதைகள்

இரண்டாவது கொரொனா அலைக்கு பிறகான மனிதநடத்தையில் காணப்படும் கவனிக்கதக்க மாற்றங்கள்

ஜே.கே. பிரதாப்

Copyright © J K Pradap
All Rights Reserved.

சமர்ப்பணம்

<u>குறுகியகால இடைவெளிகளில் வாழ்வின் இருத்தியலை</u>

<u>ஆழ்ந்த சிந்தனைக்கு விட்டுசென்ற</u>

தந்தை, அண்ணன், மற்றும் மாமாவிற்கு

பொருளடக்கம்

முன்னுரை

சில நிமிடங்கள்

ஒருவரி கதைகளத்தை கொண்டு பத்துவிதமான பார்வைகளை வெளிபடுதுவது ஒன்றும் புதியதில்லை. எனினும் நிகழ்கால பாதிப்புக்களை அதுவும் இன்னும் முடிவடையாதபட்சத்தில் எழுதுவது என்பது சிரமமாக இருந்தது. இதில் இடம்பெற்றுள்ள அனைத்து கதா-பாத்திரங்களும் என்னுடன் பயணிக்கின்றவர்களே. இக்கதைகளின் மூலம் பிரச்சனையின் தன்மையை மட்டுமே சுட்டி காட்டியிருக்-கிறேன். அதற்குமேல் செல்ல விரும்பவில்லை ஏனெனில் அது மருத்துவதுறைக்கு உரித்தான விஷயங்கள்.

இக்கதைகளை விழிப்புணர்யு என்ற தளத்தில் நின்றுகொண்டு கொடுக்கிறேன். நான் மருத்துவன் இல்லை என்பதால் பலவிஷ-யங்களை தவிர்த்திருக்கிறேன். தேவைகருதி எனது Fire and Safety குறித்தான சங்கதிகளை வெளிபடுத்தியிருக்கிறேன். நம்-முன்னே நீண்ட நெடியபயணம் கவிழ்ந்திருப்பதால் இன்னும் பல அனுபவங்களை குறித்து ஆராய்ந்து அதற்கான தீர்வுகளை உகந்-தவர்கள் கண்டுணரட்டும். இப்பிரச்சனைகளை ஆராய்ச்சி கட்டு-ரைகளாக வெளியிட்டுயிருக்கலாம் என்றாலும் பரவலான மக்களை சென்றடையவேண்டும் என்ற நிலைபாட்டில் கதைகளாக மாற்றியி-ருக்கிறேன். இவைகள் எல்லாம் அந்த வைரஸினால் மட்டுமே ஏற்-பட்ட மாற்றம் என்று சொல்லவே முடியாது. ஆனால் அது ஏற்படுத்-திய சூழ்நிலையாலும், உடல் பாதிப்புகளாலும் சாத்தியமாயிருக்கலாம் என்பது என் எண்ணம். உதாரணமாக புதிய சக்கரத்தில் நிகழ்ந்த வளைவு போலதான், அதை சரிசெய்த பின்பும்கூட முன்புபோல் அதன் முழசக்தியையும் பெற முடியாது. ஆனால் மனிதஉடல் நிச்ச-யம் தன்இயல்பை பெற்றுவிடும்.

இச்சூழ்நிலைக்கு நானும் இரையானேன் என்பதாலும் இன்னும் அதன் பாதிப்பு தொடர்கிறது என்பதாலும் இக்கதைகளை உங்க-ளுக்கு அளிக்கிறேன்.

ஜே கே பிரதாப்

நன்றி

கொரோனாவை எதிர்த்து போரிட்ட அனைத்து நல்லுள்ளங்களுக்கும்

1

☙❧

<u>யுதி</u>

தண்ணீரில் முகம் கழுவிவிட்டு துண்டால் துடைத்துவிட்டு மூக்குக் கண்ணாடியை அணியும்போது தான் அவனுக்கு அந்த உண்மை புரிந்துவிட்டது. தானும் அதன் பிடியிலிருந்து தப்பவில்லை என்பதை உணர்ந்த நொடியே தன் மனைவிக்கு போன் செய்தான்.

"சொல்லுங்க, என்ன விஷயம்" என்றாள் யுதியின் மனைவி.

"நான் சொல்றதை தெளிவா கேளு"

"என்னங்க ஆச்சு"

"இப்போ நீ எங்கிருக்கே"

"சமையல் செய்துட்டு இருக்கேன்"

"கூட யாராவது இருக்காங்களா?"

"இல்ல, அம்மாவும் அப்பாவும் கடைக்குப்போயிருக்காங்க. லாக்டவுன் இன்னும் ரெண்டு நாள்ல போட்டிடுவாங்கன்னு சொல்றாங்க"

"நல்லதா போச்சு, எல்லா பாத்திரத்தையும் அப்படியே ஸிங்க்ல போட்டுட்டு, மேல மாடி ரூமுக்கு உன் டிரஸ் எல்லாத்தையும் எடுத்துட்டு போ"

"என்னங்க சொல்றீங்க"

"எனக்கும் அது தொத்திக்கிச்சுனு தோணுது"

"நான்தான் ரெண்டு நாளைக்கு முன்னாடியே இங்க வந்துட்டேனே"

"அது அப்படியில்ல, நான் டெஸ்ட்க்கு டெக்னிசியனை வீட்டுக்கு கூப்பிட போறேன். மேல போயிடு. எதுக்கும் ரெண்டுவாரம் தனிமை தேவைப்படும். சாப்பாட்டுக்குப் பார்சல் பண்ற கவரை வாங்கிடசொல்லு. எந்த காரணத்தைக் கொண்டும் வெளியவாராதே. நான் உனக்கு அப்புறம் போன் பண்றேன்.

"ஐயோ, இந்த நிலைமையில உங்ககூட இல்லாம இங்க வந்துட்டேனே, உங்களால சமைக்க முடியாம போயிடுமே"

"நான் சாப்பாட்டுக்கு மெஸ்ஸில சொல்லிர்றேன். நீ முதல்ல மேல போ"

"சரிங்க. அம்மா, அப்பாவுக்கு"

"நான் சொல்லிக்கிறேன். நீ முதல்ல எல்லாத்தையும் எடுத்துட்டு கிளம்பு" என தொடர்பைத் துண்டித்துவிட்டு மனைவியின் அப்பாவிற்கு போன் செய்தான்.

"மாமா, நீங்களும் அத்தையையும்கூட வெளியே வராதிங்க. நான் டெஸ்டுக்கு ஏற்பாடு பண்றேன். முதல்ல யார் கூடவும் நெருங்கிப் போகாம வீட்டுக்கு வண்டியை விடுங்க"

"மாப்ள, நீங்க என்ன பண்ணுவீங்க" மனைவியின் அம்மா குரல் ஒலித்தது.

"அத்தே, நானே டாக்டர், நான் பார்த்துக்கிறேன். நீங்க முதல்ல போங்க". அவர்களின் உரையாடலை தொடர்ந்து யுதி கட்டிலில் அமர்ந்து மேற்கொண்டு என்ன செய்யவேண்டும் என யோசித்தான். தான் வேலை செய்யும் பல்கலைக்கழகத்திற்கு போன் செய்து தன்னுடன் வேலை பார்ப்பவர்களை சோதனைக்கு உட்படுத்துமாறு கேட்டுக் கொண்டான். அங்கே யாருடனாவது அருகில் இருக்கும் நிலை ஏற்பட்டதா என யோசித்தான். இல்லை, அப்படியொன்றும் இல்லை. பெரும்பாலும் இணைய வகுப்புகள் செல்வதால் பெரிய பிரச்சனையில்லை. இப்பொழுதெல்லாம் சக பேராசிரியர்களும் தங்களது கேபினைவிட்டு வெளியே வருவதில்லை. அனைத்தும் பல்கலைக்கழகத்தின் மின்னஞ்சல் மூலம்தான் நடக்கிறது. டி, காபிற்கு செல்வது என்றாலும் தயங்கித் தயங்கிதான் செல்கிறார்கள். அதுவும் உடன் வருபவர்கள் கையுறையும், முகக் கவசமும் அணிந்தே இருக்கவேண்டும்.

இந்த விரிவுரையாளர் வேலைக்குச் சேர்ந்ததுகூட அரசு உத்தியோகத்திற்கான தேர்வை எழுத படிப்பின் அவசியம் தேவைப்பட்டதாலே சேர்ந்தான். ஆறு மாதங்கள்தான் ஆகிறது. அதற்கு முன்னால் பிசியோதெரபிஸ்ட்டாக இதே ஊரிலிருந்த ஆஸ்பிட்டலில் வேலை பார்த்தான். அப்பொழுது படிப்பதற்கு நேரம் கிடைக்கவேயில்லை. ஆனால் இப்பொழுதோ எல்லாவகையான புத்தகங்களும் எளிதாகப் பல்கலைக்கழகத்தின் நூல் நிலையத்தில் கிடைக்கின்றன. அவனும் முன்பைவிட இப்பொழுது படிப்பதற்கு அதிகநேரம் செலவிட்டான். அரசு வேலைக்கு விண்ணப்பித்துவிட்டுத் தேர்வுநாளுக்குக் காத்திருக்கிறான். தேர்வுநாள் இன்னமும் முடிவாகாமலேயே இருக்கிறது. அந்த இடைவேளையில் இந்தப் பிரச்சனை வேறு வந்துவிட்டது. பழைய மருத்துவமனையிலிருந்து அழைப்புவந்தாலும் திரும்பச் செல்ல சற்றுத் தயக்கமாக இருந்தது. இன்னும் மூன்றுமாதங்களில் இந்தக் கல்வியாண்டு முடிந்துவிடும். அதற்குப் பிறகுசேர்ந்தால் தற்பொழுது வேலைசெய்யும் இடத்திற்கு எந்தபிரச்சனையும் இருக்காது என நினைத்தான். அதற்கேற்றார் போல் பிரச்சனையும் பெரிதாகிக் கொண்டுதான் இருக்கிறது.

கைபேசியில் செய்தி வந்ததற்கான ஒலிஅடிக்க எடுத்துப் பார்த்தான். நாளை முதல் பல்கலைக்கழகத்தை மூடுவதாகவும், அடுத்த அறிவிப்பு வரும்வரை இணையவழி வகுப்புகள் மட்டுமே என்று செய்தி வந்திருந்தது. எப்படியோ விஷயத்தை

பல்கலைக்கழகம் மோப்பம் பிடித்துவிட்டது என நினைத்தான். இனி எல்லாவி-
ஷயங்களும் சுலபமாக முடிந்துவிடும். முதலில் உணவிற்கு என்னசெய்வது எனச்
சமயலறை சென்று, எல்லா பருப்பு வகைகளையும், அரிசி, மாவு, எண்ணை,
காய்கறிகளின் இருப்பையும் உறுதி செய்தான். பாலிற்கு பால்பவுடர் வாங்கிக்
கொள்ளலாம் அல்லது கதவருகில் பால் பாக்கெட்டை வைக்கச் சொல்லலாம்
என யோசித்தான். இரு வாரங்கள் தனிமைப்படுத்திக் கொள்வதற்கான அனைத்து
ஆயத்தங்களும் செய்தான். கைபேசியில் சமூக வலைதளம் எல்லாவற்றிலும்
கொரோனா பாதித்திருக்கிறது சிலநாள்கள் தொந்தரவு செய்யாதீர்கள் என
ஸ்டேட்டஸ் வைத்தான். வைத்த சிலவினாடிகளிலே நண்பர்களின் அறிவுறுத்தலும்,
உதவிகள் தேவைஎன்றால் தொடர்பு கொள்ளுமாறும் செய்திகள் வந்தவண்ணமி-
ருந்தன. அவ்விஷயங்கள் அவனுக்குத் தொந்தரவாக மாறிய சிலநிமிடங்களிலே
கைபேசியை அணைத்து வைத்தான். அவனிருப்பது ஆறாவதுமாடி என்பதால்
பெரியதொடர்புகள் நிகழவாய்ப்பில்லை.

இரவு குளிர்சாதனத்திலிருந்த மாவை எடுத்து தோசை சுட்டு சாப்பிட்டான்.
சாப்பிடும் போது கடலை சட்னியின் சுவை உணராமல் இருப்பது புரிந்தது. படுக்-
கையில் படுத்து மனைவியிடம் பேசலாமென கைபேசியை இயக்கினான். ஏகப்பட்ட
செய்திகள் வந்திருந்தன. மனைவியை அழைக்க அதற்காகவே காத்திருந்தவள்
போல உடனே பேசினாள்.

"ஏங்க? ஆப் பன்னிட்டிங்க"

"கொஞ்சம் தொல்லையா இருந்தது, சரி சாப்பிடும் போது ஏதாவது ருசி
தெரிஞ்சுதா?"

"ம், கத்திரிக்கா கூட்டு நல்லாதான் இருந்துச்சு"

"எனக்குதான் டேஸ்டே தெரியல, நாளைக்கு உன்னை டெஸ்ட் எடுக்க ஏற்-
பாடு பண்றேன். உனக்கு அது இல்லைன்னாலும் வெளியே வராதே"

"சரிங்க, உங்களுக்கு எப்படியிருக்கு"

"இன்னும் தீவிரமாகலைன்னு நினைக்கிறேன். காலையில தெரிஞ்சுடும். சரி
நீ தூங்கு. காலையில நான் போன் பண்றேன். இப்ப மொபைலை சுவீட்ச் ஆப்
பண்ணிடுறேன். காலையில எட்டு மணிக்குள்ள நான் கால் பண்ணலைன்னா நீ
இண்டர்காம் நெம்பருக்கு கால் பன்னு"

"சரிங்க"

"நல்லது" என தொடர்பைத் துண்டித்துவிட்டுப் படுக்கையில் சாய்ந்தான். சிறி-
துநேரம் யோசனையில் சுழன்றவன் அப்படியே தூங்கிப் போனான்.

காலையில் நடு அறையிலிருந்த தொலைபேசி ஒலிப்பதை உணர்ந்து எழுந்-
தான். உடல் சற்று கனமாக இருப்பதாய் தோன்றியது. இருமலும் அதிகரிக்கத்
தொடங்கியது.

"என்னங்க எப்படி இருக்கீங்க"

"எங்கிருந்து பேசுற"

"என்னங்க நேத்து ராத்திரி தானே சொன்னீங்க, மறந்துட்டீங்களா"

"கொஞ்சமிரு" என சுவற்றில் மாட்டியிருந்த கடிகாரத்தை நிமிர்ந்து பார்த்தான். அது மணி எட்டுமுப்பதைக் காட்டியது. அவனுக்கு நேற்றிரவு சொன்ன அத்தனை- யும் ஞாபகத்திற்கு வந்தது.

"உடம்பு சோர்வாதான் இருக்கு. இப்பதான் எழுந்தேன்"

"அப்ப முதல்ல காபி குடிங்க, போங்க" என தொடர்பைத் துண்டித்தாள்.

சமையறைச் சென்றுபால் பாத்திரத்தைத் தூக்குவதற்கே கடினமாகயிருந்தது. வாயுஅடுப்பைப் பற்றவைக்க விரும்பாமல் மின்சுடுகுவளையில் தண்ணீர் ஊற்றிஅ- தைச் சூடுபடுத்தி பால்பவுடர், சர்க்கரை, காபிதூள் கலந்து வைத்திருந்த கோப்பை- யில் ஊற்றிக் கலக்கினான். காபியின் மணம் தெரியவில்லை என்றாலும் சர்க்கரை- யின் சுவையை நாக்கில் உணர்ந்தான். இனி பரிசோதனைக்குப் போக வேண்டிய அவசியமே இல்லை. நான்கு அல்லது ஐந்து நாட்களுக்குப் பின் எடுத்துக் கொள்- வோம் என நினைத்தான். எப்படியும் இரண்டு நாள்களில் அதன் தீவிரம் தெரிந்- துவிடும், அதற்குப் பிறகு எல்லாவற்றையும் அறிந்து கொள்ளலாமென குளியல- றைக்குச் சென்று குளித்து முடித்தான்.

காலை உணவை முடித்த பின்தான் அவனது உடலின் வெப்பம் அதிகரிப்பது புரிந்தது. இருமலும், தலைவலியும் அதிகரிக்க தொடங்கியது. மனைவிக்கு பரிசோ- தனை செய்ய அவ்வூரிலிருந்த மருத்துவருக்கு தொடர்பு கொண்டு உறுதிப்படுத்திக் கொண்டான்.

இனி கவனமாய் இருக்க வேண்டுமென தன்னுடைய உடலின் உயிரியல் கடி- காரம் எப்படி மாறப் போகிறது என்பதை ஆராயத் தொடங்கினான்.

"லப் டப்" ஆரம்பித்து உடலின் எல்லாபாகங்களின் செயல்பாடுகளையும் கூர்ந்து கவனித்தான். சுவாசம் தடைபடவில்லை என்றாலும் அதன் வீரியம் பலம- டங்கு குறைந்திருந்தது. ஆக்ஸிஜன்; தேவைப்படுமா? என யோசித்தான். இப்பொ- முது இதனால் எழும் பிரச்சனையை நினைத்து ஆக்ஸிஜன் இல்லாமல் அப்பிரச்- சனையை எதிர்கொள்ள தயாரானான். மதியம் உணவு விடுதியிலிருந்து உணவை அனுப்பும்படி கேட்டுக் கொண்டான். யாருமில்லாத நேரம் பார்த்து வாசல் கதவு முழுவதும் சானிடைசர் தெளித்து, கையுறை மற்றும் முககவசத்துடன் சுத்தம் செய்- தான். அடுக்குமாடிக் குடியிருப்புக் காவலரைத் தொடர்புகொண்டு தனது ஆறா- வது தளத்தில் இருக்கும் மற்ற மூன்று வீட்டிற்கும் தகவல் சொல்லி, தன் வீட்ட- ருகே வராமல் இருக்கக் கூறினான். மேலும், இரவுகளில் தன் வீட்டின் அழைப்பு மணியை அடித்து தான் உயிருடன்தான் இருக்கிறேன் என்பதை உறுதிச் செய்;துக் கொள்ள சொன்னான். மேலும் இது குறித்து எந்த பீதியையும் பரப்ப வேண்டாம

என அறிவுறுத்தினான்.

மாலையிலிருந்து உடல்நிலை மோசமானது. சுவாசத்தில் பிரச்சனை ஏற்பட்டது. யாரிடமும் தொடர்பு கொண்டு பேச முடியவில்லை. எனவே கைபேசியை அணைத்துவிட்டு தூங்க முயன்றான். தூக்கம் வராமல் உடல் சற்று அயர்ச்சியை பெரியதாகியது. வெளியே பால்கனி செல்லலாமென நினைத்தான். மேல் அல்லது கீழ்தளத்தில் யாராவது வந்துவிட்டால் அவர்களுக்குப் பிரச்சனையாகி விடுமென கண்ணாடிக் கதவைத் தள்ளி வீட்டிற்குள்ளே நாற்காலி போட்டு அமர்ந்துக் கொண்டான்.

மாலை வெயில் உடலை ஊடுருவ இதமாக இருந்தது. விட்டமின் நிச்சயம் கிடைக்கும். அப்பொழுதுதான் கவனித்தான், பக்கத்துப் பள்ளியின் கூரையில் புறாக்களும் சூரியனைப் பார்த்தப்படி அமர்ந்திருப்பதை. அவனுக்குப் பெரியதாக வியப்பில்லை. இந்த மாதிரி இயற்கையான விஷயங்களை மனித இனம்தான் மறந்து கொண்டிருக்கின்றது. அப்படியே நிமிர்ந்து தூரத்தில் தெரிந்த மலையைப் பார்த்தான். இது ஏன்? இப்பொழுது அவ்வளவு தூரத்தில் இருப்பதுபோல் தெரி-கிறது? மழைக்காலங்களில் பச்சைப் பசேலென எவ்வளவு அருகாமையில் பரந்து விரிந்து இருப்பதுபோல் காட்சியளித்தது. ஆனால், இப்பொழுது சுருங்கிப் போய் வெகுதொலைவில் தெரிகிறது. எல்லாம் காட்சியின் பிழைதான். அந்த மலையின் தொலைவு ஒரு செண்டிமீட்டர் கூட மாறாமல் இருந்தது. அப்படியே சுற்றும்முற்றும் கண்களைக் கொண்டு அலசினான். எல்லா இடமும் வறட்சியாய்த்தான் இருக்கிறது. இன்னும் வெயில் காலம் தன் உச்சத்தை அடையவில்லை. அடையும்போது நிலைமை சற்று மோசமாகி விடும். மேலும், யோசிப்பதற்குள் சூரியன் மறைந்துவிட கதவை மூடிவிட்டு உள்ளே வந்தான். சீக்கிரமே சாப்பிட்டு சீக்கிரமே படுத்துவிட்-டால் ஒருவேளை இந்த உடல் வேதனையைத் தவிர்க்கலாம். அவனது மருத்-துவ நண்பர்களும் அவனுக்கு மருந்து அனுப்புவதாகக் கூறினார்கள். அவன்தான் மறுத்துவிட்டான்.

ஒருவேளை இரவு தூக்கம் வராதபட்சத்தில் வேறு ஏதாவது உதவி தேவைப்-படலாம். ஆனால் அந்தப் பிரச்சனையே வராமல் அவன் இரவு உணவு சாப்-பிட்டான். நன்றாகவே தூங்கினான். ஆனால் பன்னிரண்டு மணியளவில் தொண்-டையில் இருமல் அதிகமானது. அப்படியே எழுந்து சென்று தண்ணீரைச் சூடு பண்ணி அருந்தினான். இருமல் சற்று மட்டுப்பட்டது. விளக்குகளை அணைப்-பதற்கே சற்று பயத்தை கொடுத்தது. விளக்குகள் எரிய அப்படியே படுக்கையில் சாய்ந்தான். சிறிது நேர யோசனையில் உடம்பில் 'மெலட்டின்' சுரக்க இருள் அவசியம் என்பதை உணர்ந்து விளக்கை அணைத்து விட்டு படுத்தான். தூக்-கத்தில் புரள முற்படுகையில் உடல் உறைந்து போன உணர்வை கொடுத்தது. மூளை வேலை செய்தது. ஆனால் அதற்கேற்றார் போல் உடல்வளைய மறுத்தது.

இடதுபக்கம் ஒருக்களித்து படுத்திருந்தவன் வலதுபுறம் திரும்ப முயற்சிக்கையில் உடலின் மேற்புறத்தில் எல்லாம் உறைந்துபோய் பனிக்கட்டி தன்மையயைக் கொடுத்தது. சற்று வேகமாக முயற்சி செய்ய மூச்சுவாங்க திணறியது. சுவாசம் தாறு- மாறானது. உடலை வேகமாய் உதற, இரத்த ஓட்டம் ஓடாமலே இருந்தது. பயம் அதிகரிக்க சத்தமிட்டு யாரையாவது கூப்பிடலாமா என யோசித்தான். ஆனால் அதற்குள் உடலின் உறைந்த நிலைமை சுத்தியால் பனிக்கட்டியை உடைத்தது போன்று சட்டென இரத்தஓட்டம் மெல்லபரவத் தொடங்கியது. வலதுபுறம் சரிந்த- வன் மெல்ல தன்னைஆசுவாசப்படுத்திக் கொண்டான். ஒருகணம் தான் சாவின் விளிம்பிற்குச் சென்று வந்ததான அனுபவத்தை உணர்ந்தான்.

மீண்டும் தன் உடலை இருமுறை குலுக்க இரத்தஓட்டம் எல்லா இடங்க- ளுக்கும் பரவுவதை உணர்ந்தான். இந்த வயதிலே இந்த உடம்பை வைரஸ் இப்- படி தாக்குதலுக்கு உண்டாக்குகிறது என்றால், பாவம் வயதானவர்களின் நிலை, அவனால் நினைத்து கூட பார்க்க முடியவில்லை. உறைந்த நிலையை உணர்ந்த- போது தன் உடல் எப்படிப்பட்ட வேதனையைக் கொடுத்தது?.

இளமையான உடல் என்பதால் அந்த கோரபிடியிலிருந்து தப்பி வந்துவிட முயல்கிறது. அப்படியில்லையென்றால் தானும் இறந்துதான் போயிருப்போம். அவன் எழுந்து விளக்கைப் படரவிட்டு மீண்டும் படுக்கையில் சாய்வாக அமர்ந்- துகொண்டான். வைரஸ் உடலில் செய்யும் அட்டகாசங்களை உணர்ந்துக்கொள்ள முடிகிறது. நிச்சயம் சுவாசம் சரிவர கிடைத்திருக்காவிட்டால் நம் உடலும் உறைந்- துதான் போயிருக்கும். வயதானவர்களின் உடலில் இந்த எதிர்ப்புசக்தி குறைந்- திருப்பது இயற்கையானதுதான். வேறு வழியில் யோசித்தால் உடலின் அந்தக் கடைசி நொடியின் எதிர்ப்பு வலுவிழந்து போய்விடும் என்றால் மரணம்தான். இது எந்த உடலிற்கு வேண்டுமென்றாலும் நடக்கலாம். ஆனால், இந்த உலகில் பெரும்- பான்மையான உடல்கள் இந்த எதிர்ப்பு சக்தியை பெற்றிருக்கும். எதிர்ப்பு சக்தியை வீரியமாய் தூண்டிவிடும் பட்சத்தில் உயிர் இழப்புகுறையும். இன்னும் வைரஸ் தன்னை விட்டு அகலவில்லை. எனவே, இன்னும் பல அவஸ்தைகளை ஒரு- வேளை தரக்கூடும். எப்படியும் ஒரு கை பார்த்துவிட வேண்டும்.

அவனே அவனுக்கு தைரியம் ஊட்டிக் கொண்டான். படுப்பதை விட சாய்வா- கவே தூங்கலாம் என அப்படியே கண் மூடினான். விளக்கின் வெளிச்சம் பரவியி- ருந்தாலும் அவனுக்கு நன்றாகவே தூக்கம் வந்தது.

காலையில் கண் விழித்தபோது கண்களில் எரிச்சல் பரவுவதாக உணர்ந்தான். உடலின் வெப்பம் அளவாகவே இருந்தது. ஆனால், எப்பொழுதும் காலையில் எழும்போது உணரப்படும் புத்துணர்ச்சி ஏற்படவில்லை.

காலை வேலைகளை முடித்துவிட்டு மனைவியைத் தொலைமேசியில் தொடர்பு கொண்டான்.

"நேத்து ரிசல்ட் பாஸிட்டிவ் வந்திருக்குங்க. ஆனா அப்படியொன்றும் எனக்கு மோசமா தோணலையே" என்றாள்.

"உனக்கு இன்னும் தீவிரமாகலைன்னு நினைக்கிறேன். எனக்கு இப்பதான் நடந்துட்டிருக்கு"

"என்னங்க சொல்றீங்க, என்ன பண்ணுது உடம்பு?"

"இப்ப அது வேணாம், அப்புறம் சொல்றேன். மருந்து எல்லாம் ஒழுங்கா எடுத்-துக்க, டெம்பரேச்சர் அதிகமாச்சின்னா,போன் பண்ணு, என்னால சரியா பேசமு-டியல. போன் ஆப் பண்ணிடறேன். அத்தையும்,மாமாவுக்கும் பாஸிட்டிவா?"

"நாளைக்குதான் தெரியும்"

"சரி, அப்புறம் கால் பண்றேன்" எனத் தொடர்பைத் துண்டித்துவிட்டு நாற்கா-லியில் அமர்ந்து தொலைக்காட்சியை இயக்கினான். எல்லா செய்தி அலைவரிசை-யும் உண்மையைச் சொல்வதாக அவனை பயமுறுத்தின. அதை அணைத்துவிட்டு மடிக்கணினியில் ஏதாவது பார்ப்போம் என நினைத்தான். ஆனால் கவனம் சிதறி-யபடி இருந்தது. முன்புபோல் மனதை ஒருமுகப்படுத்த முடியவில்லை. அப்படியே அமைதியாக எந்த சிந்தனையும் இல்லாமல் இருப்போமென அமர்ந்தான். ஆனால் மனதில் எண்ணங்கள் அலைகழித்தன. எல்லா மின்னஞ்சல்களையும், அனைத்து கடவுச்சொற்களையும் சில முக்கியமான தகவல்களையும் நாட்குறிப்பில் அன்றைய நாளின் பக்கத்தில் எழுதினான். தன்னுடைய எல்லா ரகசியங்களும் மனைவிக்கு தெரியும் என்றாலும், சில தகவல்களை அன்று வெளிப்படுத்தினான்.

சற்றுபடுக்கையில் சென்று ஓய்வெடுக்கலாம் எனப் படுத்தவன் அப்படியே அசதியில் தூங்கியும் போனான். விடியலில் நடந்தது போலவே இந்த முறையும் அவனது உடலின் பாகங்கள் உறைந்துவிட்ட அனுபவத்தைக் கொடுத்தன.

அதேபோல் இரண்டு நாட்கள் அந்த வகையான சித்ரவதை தொடர்ந்தது. உண்ணும் உணவுகளின் சுவை மரத்து போனது. உடலின் சர்காடியன் ரிதம் சற்று மாறுதல்களுக்கு உள்ளாகியிருந்தது. உடல் கடிகாரம் குறித்த சிந்தனை அதிக கவனத்தை ஈர்த்தது. இதற்கிடையில் மனைவியின் வேதனையான செய்தியும் வந்-தடைந்தது.

"கொஞ்சம் இருமலும், தொண்டை அடைப்பும் இருக்குங்க. லேசாதான் தலை-வலிக்குது. ஆனா கண்ணுல ஏற்படுற 'கிளார்' தான் பயப்பட செய்யுது.எங்க கண் பார்வை போயிடுமோன்னு தோணுது"

"அப்படியெல்லாம் ஒண்ணுமாகாது, கண்ணுல ஒருநொடியும்,காதுல ரென்-டுநொடியும் கடைசியாகக் கிடைச்ச விஷயங்கள் பதிவாகும். இல்லைனா நாம தொடர்ச்சியா பார்க்கவும் கேட்கவும் முடியாது. உனக்கு எத்தனை நொடி இருக்கு"

"ஒரு ஐந்து செகண்ட் இருக்குங்க. அப்படியே கண்ணு முன்னாடி சினிமால வர்ற மாதிரி பளபளன்னு வட்டவட்டமா ஆயிடுது. அந்த செகண்ட்ல மூளைகூட

வேலை செய்யமாட்டேங்குது. கண்ணகசக்க கை தானா போகுமில்ல அதுகூட நடக்கமாட்டுங்குது, ஒருநாளைக்கு எப்படியும் நாலைஞ்சு தடவை ஆயிடுது".

"எத்தனை நாளாயிருக்கு?"

"ரெண்டுநாள் முடிந்தது"

"இன்னைக்கி இல்ல நாளைக்கி சரியாயிடலைனா, ஆஸ்பிட்டல்ல அட்மிட் ஆயிடு. இதபத்தி நான் விசாரிச்சுட்டு சொல்றேன்."

"உங்களுக்கு எப்படியிருக்குங்க?"

"இப்பபரவாயில்ல. இன்னும் மூணுநாள் கழிச்சு டெஸ்ட் எடுத்துக்கப் போறேன். அத்தைக்கும் மாமாவுக்கும் பரவாம இருக்கிறது நமக்கு அதிர்ஷ்டம் இருக்குண்ணுதான் தோணுது"

"ஆமாங்க, பாவம் அவங்க என்னை ஜன்னலை திறக்க சொல்லி தூரத்திலிருந்தே பார்த்துட்டு போறாங்க. அம்மாவோட கண்ணுதான் கலங்குது"

"இது நமக்கு மட்டுமில்ல, இந்த உலகமே இந்த வேதனையிலதான் வீழ்ந்திருக்கு"

"நீங்க ஏங்க போனை அடிக்கடி சுவிட்ச் ஆப் பண்ணீடுறீங்க"

"இப்பெல்லாம் தூக்கத்தில இருக்கும்போது,போன் வந்தா என்னையறியாமலே மூர்க்கமாய் பேசிடுறேன். அப்புறம்தான் எனக்கே புரியுது. ஏன்? அப்படி நடக்குதுன்னு புரியல. குணமாகிக் கொஞ்சநாள் கழிச்சுதான் பார்க்கனும்"

"சரிங்க, நானும் அதிகமா தொந்தரவு பண்ணல"

"நீ மாத்திரை எடுத்துக்கிட்டு கொஞ்சம் ரெஸ்ட் எடு"என அவன் தொடர்பைத் துண்டித்துவிட்டு யோசிக்க ஆரம்பித்தான். அந்த வைரஸ் உடலில் உள்ள அவயங்களின் பாதிப்பைப் பொறுத்தே தனது தாக்குதலை நிகழ்த்துகிறது. இப்படி எத்தனை அவயங்களைத் தான் அது பாதிக்குமோ? இன்னும் சிலஆண்டுகள் கழித்துதான் முழுவிவரம் தெரியக்கூடும். அதுவரை இருட்டறையில் நமக்குத் தெரிந்த வெளிச்சத்தில் உலாவ வேண்டியதுதான்.

சிறிது நாட்களிலே அவர்கள் இருவரும் நலம் பெற்று இயல்பு நிலைக்கு திரும்பினார்கள். என்றாலும்கூட அவனது மூர்க்கமான கைபேசி பதிலளிப்பு தொடர்ந்த வண்ணமிருந்தது. அதனால் பெரும்பாலும் தூங்கச் செல்வதற்குமுன் அவன் கைபேசியை அணைக்கும் அளவிற்குச் சென்றான்;.

அது பகலில் தொடர நிறைய பிரச்சனைகள் வரத் தொடங்கின. அதிலிருந்து மீண்டு வருவதற்கு யோசனை செய்தான். இதுவரை அம்மாவைத் தவிர எல்லாரிடமும் மூர்க்கத்தைக் காட்டியாகிவிட்டது. எனவே ஓர்இரவு அம்மாவைத் தொடர்பு கொண்டு ஒருமணிநேரம் கழித்து, தனக்கு அழைப்பு விடுக்குமாறு கேட்டுக் கொண்டான். அதைத் தொடர்ந்து கைபேசியை அணைக்கமால்; தூங்கச்

சென்றான். சரியாக அவனது அம்மாவும் ஒரு மணிநேரம் கழித்து அவனை அழைக்க செய்ய தூக்கத்திலிருந்து சட்டென மூர்க்கமாய் விழித்தவன் அம்மாவின் குரலை கேட்டவுடன் "தூங்கறேன்மா,அப்புறம் பேசுறேன்" என்றான் கெஞ்சலாக.

"டேய், நீதாண்டா கால் பண்ண சொன்ன"

"எப்ப" என அவன் முழு சுய நினைவிற்குத் திரும்பினான்.

"ஒரு மணிநேரத்திற்கு முன்னாடி" என்றார் அவனது தாய். அவனுக்கு உண்-மைநிலை புரிய சற்று அமைதியானான். இந்த மூர்க்கம் விரைவிலே சரியாகிவிடும் என்ற நம்பிக்கை அவனுக்குத் தோன்றியது.

2

பூஜா

தூக்கம் வராமல் புரண்டுபுரண்டு படுத்திருந்தாள் பூஜா. கண்களை மூடியும் திறந்தும் மனதை ஒருவாறு அமைதிப் படுத்தும் முயற்சியில் முனைந்தும் தூக்கம் வருவதுபோல் தெரியவில்லை. குழந்தைகள் கொட்டகொட்ட முழித்து தொல்லைக் கொடுப்பதுபோல் இருந்தது அவளது தவிப்பு. கணவரை திரும்பி பார்த்தாள். அவரோ நிம்மதியான உறக்கத்திற்குச் சென்றுவிட்டதற்கான அறிகுறி தெரிந்தது. கொஞ்சம் நேரம் முன்புதான் தன்னை அணைத்தபடி தூங்க முயற்சித்ததை எண்ணிப் பார்த்தாள். ஏன் என்னால் இப்பொழுதெல்லாம் அவருக்கு ஈடுகொடுக்க முடியவில்லை என எண்ணினாள்.

திருமணம் முடிந்து ஒருவருடம் கூட ஆகவில்லை. அதற்குள் உறவில் சலிப்பு ஏற்பட்டுவிட்டதோ? அப்படியொன்றும் இருவருக்கும் இடையில் எந்தவிதமான பிணக்கும் வந்துவிடவில்லை. அப்படி ஏதாவது வந்தாலும்கூட பெரியதாகப் பாதிப்பு ஏற்பட்டதில்லை. அவருடைய கொஞ்சல்களும், சேட்டைகளும் அவளுக்குப் பிடித்தமானதாகத்தான் இருந்தது. அதில் சிலசமயங்களில் லயித்தும்தான் போவாள். அதற்காக சிலசமயம் அவரிடம் வீண்சண்டைகூடப் போட்டிருக்கிறாள்.

அப்படிப்பட்ட உணர்வுகள் எப்படி மாறிப்போயின என்று தெரியவில்லை. அவர் மீதானபிரியம் குறைந்துவிடவில்லை. ஆனால் அவர் செய்யும் குறும்புகள் இப்பொழுதெல்லாம் சிறுஎரிச்சலையே ஏற்படுத்துகிறது. சிலசமயங்களில் வெறுப்பாகவும் மாறிவிடுகிறது. நான் ஏன் இப்படிமாறிப் போனேன் எனக் குழம்பினாள்.

மேற்கொண்டு யோசிப்பதில் எந்தப் பிரயோஜனமும் இல்லை எனக் கட்டிலைவிட்டு எழுந்து சமையலறையை நோக்கி நடந்தாள். சிறிதளவு தண்ணீர் குடித்தப் பின்னும் தொண்டைக்குச் சூடாக ஏதாவது தேவைப்படுவதுபோல் உணர்ந்தாள். டீ தயாரித்துக் குடிப்போம் என வாயுஅடுப்பைப் பற்றவைத்தாள். தேநீர் தயாரிக்கும்போது கணவருக்கும் தேவையா எனக்கேட்க நினைத்துப் பின் அவர் தூங்குவது நினைவுவர வேண்டாம் என விட்டுவிட்டாள்.

கோப்பையுடன் பால்கனியில் நின்று அருகில் தெரிந்த பள்ளிமைதானத்தை பார்த்தபடி தேநீரை உறிஞ்சினாள். இரு விழுங்களில் அவளுக்குத் தேவையான இதமான உணர்வு உடலில் பரவியது. உண்மையில் உடலுக்குத் தேவையானதை அளித்துவிட்டால் உணர்வுகளும் எந்தப்பிரச்சனையும் பண்ணிவிடாது என்பது புரிந்தது. அப்படியே சிமெண்ட் இருக்கையில் அமர்ந்து தேநீரைக் குடிக்கத் தொடங்கினாள். இதே இருக்கையில் அமர்ந்துதான் கடந்த ஒருவருடமாக தன் கணவனுடன் பேசி அளவளாவியது நினைவிற்கு வந்தது. அப்பொழுதெல்லாம் அப்படியொரு சந்தோஷமான மனநிலை மனதில் படரும். அவளுக்குச் சற்றுப் பெருமிதமாகக்கூட இருக்கும். ஆனால் இப்பொழுதெல்லாம் அவருடன் இங்கே அமர்ந்து பேசுவதை தவிர்க்கும் மனநிலையே தன்னுள் வருவதை நினைத்துப் பார்த்தாள். அவர் அப்படியொன்றும் அந்நியர் இல்லையே. இருந்தும் தனக்கு ஏன் இப்படிப்பட்ட மனநிலை வருகிறது?. அவளது மனக்குழப்பத்தில் கண்கள் சிறிது கலங்கின. இதுவெல்லாம் எதனால் ஏற்பட்டது. ஒருவேளை அந்த இருபதுநாட்கள் பெருந்தொற்றின் கோரதாண்டவத்தில் சிக்கி இருந்ததால்தானோ? அப்பொழுதுகூட அவர் தன்னை அணைக்கும்பொழுது எவ்வளவு பாதுகாப்பாய் உணர்ந்தாள்.

இருவருமே தங்களை ஒரேவீட்டில் தனிமைபடுத்திக் கொண்டிருந்த தருணமது.

அவளது உயர் அதிகாரியும் எப்பொழுதெல்லாம் அவளால் வேலை செய்ய- முடிகிறதோ அப்பொழுதெல்லாம் செய்தால் போதும் என்று சொல்லிவிட்டிருந்தார். அவளும் தனக்குத் தோதான நேரங்களில் சிலசமயம் இரவுகளில்கூட வேலை முடித்துகொடுத்தாள். ஆனாலும் சிலவேளைகளில் முடிக்க முடியாமல் போனது. அதனாலெல்லாம் உயர் அதிகாரி கோபித்துக் கொள்ளவில்லை.

கணவரின் உத்தியோகம்தான் பிரச்சனையாகிவிட்டது. அவர் 'மார்கெட்டிங்' தொழிலில் இருந்ததால் அதிக வேலைச் சுமையாக இருந்தது. சம்பளமும் பாதி- தான் வரும் நிலைமை. அதையெல்லாம் பெரியதாக நினைக்காமல் இருவரும் உடல்நிலையைத் தேற்றுவதிலேயே கவனமாய் இருந்தார்கள்.

யோகா செய்தால் உடலின் வலிமை கூடுமென அதைத் தொடங்க, சிலநாட்- களிலே சரிவர செய்யாததால் உடல்சோர்வு மேலும் அதிகமானதுதான் மிச்சம். பிறகு இருவருமே சாதாரண நடைப்பயிற்சியும் சிறுசிறு உடல்பயிற்சியும் வீட்டிலே செய்தார்கள். அதனால் சிறுமுன்னேற்றம் ஏற்பட இயல்பான வாழ்விற்குத் திரும்- பிவிட்டதாக நம்பினார்கள். ஆனால் கணவரிடம் எந்தவிதமாற்றமும் ஏற்படாமல் இருந்தது. ஆனால் தன் நடவடிக்கையில்தான் மாற்றம் தெரிந்ததை உணர்ந்தாள். அம்மாவிடம் அல்லது தன் தோழிகளிடமும் இதைப் பகிர்ந்து கொள்ளலாம் என நினைத்தாலும் ஏனோமனம் அதைத் தவிர்த்தபடி இருந்தது. இன்று அது உண்- மையிலே கவலை அளிக்கக்கூடிய பிரச்சனையாகிவிட்டதை அறிந்தாள்.

நாளை எப்படியாவது தனது மருத்துவத்தோழியிடம் சொல்லி ஆலோசனை பெறலாம் என நிச்சயித்துக் கொண்டாள். தோழியும் தனிமைபடுத்தியிருக்கும் வேளையில் மிகவும் பொறுமையுடன் எப்படித் தங்களைத் தாங்களே சோதனை செய்துகொள்வது என்பதை காணொலி வழியாகத் தெளிவுப்படுத்தியிருந்தாள்.

அவள் உடல் வெப்பத்தை அளவிடும் பொழுது வெப்பநிலையளவு தொண்-ணூற்று மூன்று அளவில் பலமுறைவர அவள் மிகவும் பயந்துதான் போனாள். வெப்பம் அதிகமாக இருப்பதுதான் இந்நோயிற்கானஅறிகுறி. ஆனால் தனக்கோ மிகவும் குறைவாகவே காட்டுகிறதே என அதிர்ச்சியானாள். ஆனால் தோழிதான் அவளைச் சமாதானப்படுத்தி இப்படியும் சிலஉடல்கள் அறிகுறியைக் குறைத்துக்-காட்டும் எனத் தெளிவுப்படுத்தினாள். மேலும் சில அறிவுரைகளை அவளுக்குக்கூற அதை அவள் பின்பற்றினாள். இரண்டுநாட்களில் உடல்வெப்பம் சமநிலைக்குத் திரும்பிவிட அவள் நிம்மதியடைந்தாள்.

அந்த நாட்களில்தான் எப்படியொரு பயம் நீடித்தது. கணவரோ அதையெல்-லாம் சிரித்தபடி ''இதுவும் கடந்து போகும்'' என அவளுக்கு ஆறுதல் சொல்லியபடி இருந்தார். அப்பொழுதெல்லாம் ஒருவித நெருக்கத்தை அவருடன் உணரமுடிந்-தது. அதெல்லாம் ஏன் இப்பொழுது மாறிவிட்டது? எதனால்? எப்படி? அவளிடம் பலகேள்விகள் எழுந்தன. ஆனால் பதில்கள்தான் கிடைத்தபாடில்லை. ஒருவேளை அந்தத் தொற்றின் தாக்கமாக இருக்குமோ என்ற சந்தேகத்தில் அவள் எந்தமுடி-வும் எடுக்கவில்லை.

தொற்றுக்கு இப்படியோர் பக்கவிளைவு ஏற்படுத்தும் திறன் இருக்குமோ?. அவளால் அதுகுறித்து முழுமையாய் சிந்திக்க முடியவில்லை. தனக்கு மட்-டும்தானா? அல்லது எல்லாருக்கும் இதே மாதிரியான பிரச்சனைகள் வருகின்-றனவா? இதுவரை எந்த ஊர்ஜிதமான தகவல்களும் அவளிடம் இல்லை. எனவே வரும் காலம்தான் இதற்கெல்லாம் பதில் சொல்லும் என்ற முடிவுக்கு வந்தவ-ளாய், உள்ளே சென்று கோப்பையை வைத்துவிட்டுப் படுக்கையறை திரும்பினாள். தூங்கும் கணவர் இந்தமுறை வலப்பக்கமாக திரும்பி படுத்திருந்தார். அவருக்கு அருகில் சென்று நெருக்கமாக அணைத்தபடி படுத்துக் கொள்ளும் ஆவல் எழுந்-தது. மழைக்காலம் வேறு தொடங்கிவிட்டது. நடு இரவிற்குப் பின் போர்வையை தூக்கத்திலேதேடும் படலம் தொடங்கிவிட்டது. இப்பொழுதும் நடுநிசியைத்தொ-டும் நேரம்தான், அவள் மின்விசிறியின் வேகத்தைக்குறைக்கலாம் என அரு-கில் சென்றவள், இல்லை உடலுக்கு இது இதத்தை அளிக்கிறது என்று படுக்-கையில் சாய்ந்தாள். இன்னும் சிறிதுநேரத்தில் அவர் தூக்ககலக்கத்தில் தன்னை இறுக்கி அணைத்துக் கொள்வார். அதற்குமுன் சிறிதுநேரம் கண்ணை மூடி தூங்க-வில்லை என்றாலும் ஓய்வுஎடுத்துக் கொள்வோம் என கண்களை மூடிப்படுத்தாள். கண்களை மூடினாலும் அவளின் சிந்தனைகள் அவளைத் தொடர்ந்தவண்ணம்

இருந்தன.

இன்னும் கொஞ்சநாட்கள், பிறகுஎல்லாம் சரியாகிவிடும். தடுப்பூசியை அனை-வருக்கும் போட்டுவிட்டால் ஓரளவு இதன் பாதிப்பைக் குறைக்கலாம். அதுவரை இப்படிதான் அனைத்தையும் பொறுத்து ஆகவேண்டும். நம் கையில் அல்லது இந்த உலகத்தில் யார் கைகளிலும் பரிகாரமில்லை. இந்தமாதிரி எப்பொழுதாவது மட்டுமே நடக்கும். அது இப்பொழுது நடந்து கொண்டிருக்கிறது.

ஒருகாலத்தில் காலரா வந்து மக்கள்தொகை குறைந்து போனது. ஆனால் அதுவும் இன்றுகட்டுக்குள் வந்துவிட்டது. எனவே ஒருகாலத்தில் சரியாகி இயல்-பான வாழ்க்கைக்கு இந்த உலகம் திரும்பிவிடும். அவளுக்கு அதிக நம்பிக்கை மனதில் எழுந்தது.

கண் திறந்து கணவரைத் திரும்பிப் பார்த்தாள். அவளுக்குப் பெண்மையின் உணர்வுபீறிட அவரின் கைகளை எடுத்து முத்தமிட்டு "இதுவும் கடந்து போகும் கணவரே, அதுவரை என்னை பொறுத்துக் கொள்" என்றாள்.

3

அந்த இளைஞன் எதையோ தேடிக் கொண்டிருக்கிறான் என்பதை அனுமானித்தான் சிவா. அவன் கொரானா வார்டுக்கு வந்து இரண்டு நாட்கள் ஆகிவிட்டன. இரவுகளில் எதிரொலிக்கும் இருமல் சத்தங்களை அவனால் பொறுத்துக் கொள்ள முடியாமல் தூக்கமில்லாமல் தவிக்கிறான். சிவாவிற்கு அங்கு வந்து ஆறு நாட்கள் முடிந்துவிட்டதால் அது குறித்து பெரிய புகாரில்லை. ஆனால் அந்த இளைஞன் விடியலில்தான் நன்றாகத் தூங்குகிறான்.

காலை ஒன்பது மணிக்கு எழுந்து பின் பல் விளக்கிவிட்டு குளிக்காமலே உணவை உண்டுவிட்டு மீண்டும் தூங்க ஆரம்பிப்பான். ஆனால் கேரம்போர்ட் ஆடும் குழுவினர் தங்கள் ஆட்டத்தைத் துவக்க, அவனது தூக்கம் தடைப்பட்டுவிடும். சிவா அனைத்தையும் கவனித்துக் கொண்டிருந்தான். அவனுக்கு ஏதோ தேவைபடுகிறது என்பது மட்டும் புரிந்தது. அவனாக வந்து தன்னிடம் பேசும் இயல்பை கொண்டவனில்லை என்பது அவனது நடவடிக்கையிலே தெரிந்தது. இரண்டு நாட்களாக யாரிடமும் பெரியதாகப் பேசியது கிடையாது. எப்பொழுதும் கைபேசியுடன் தான் அவனது பொழுதுகள் கழிகின்றன. அப்படி அவன் குனிந்து பார்த்துக் கொண்டேயிருப்பதைப் பார்க்கையில் சிவாவிற்கு ஆத்திரமாக வரும். ஏன்தான் இப்படி கண்களையும், கழுத்தையும் செரிமான அவயங்களையும் கெடுத்துக் கொள்கிறார்களோ?. உடல்களின் அவயங்களைச் சரிவர பராமரிக்கா விட்டால் என்னவாகும் என்பது குறித்து ஏன்தான் இன்னும் மனிதர்களிடம் விழிப்புணர்வு வரவில்லையோ?.

"தம்பி, இங்க வாங்க" என அந்த இளைஞனை நோக்கி அழைத்தான் சிவா. அவன் அருகில்வரத் தயங்குவது தெரிந்தது. என்ன என்பதுபோல் பார்வையாலே கேட்டான். மீண்டும் அவனைச் சைகையால் அழைத்துத் தன்னருகில் உட்காரும்படி கட்டில் மெத்தையைத் தட்டினான். இந்த இளைஞன் ஏதோ பொத்தானை அழுத்திவிட்டு கைபேசியுடன் சிவா அருகில் வந்தான்.

"எனக்கு இன்னும் பாஸிட்டிவ்தான். அதனால இங்க உட்காரு" என்றான் சிவா.

"சொல்லுங்க. என்ன விஷயம்?"

"உங்க பேரு"

"சசி"

"நல்ல பேரு. உங்களுக்கு ஏதோ தேவைபடுதுன்னு எனக்குப் படுது. கேட்டீங்-கன்னா முயற்சி பண்ணலாம்"

"அதெல்லாம் ஒண்ணுமில்ல" என இடது கையின் உள்ளங்கையால் வாயை மூடி இருமினான். மேற்கொண்டு பேச விரும்பாதவன் என்பதுபோல் எழுந்தான்.

"சிகரெட் வேணுமா?" என நேரிடையாகவே கேட்டான் சிவா. அந்த இளை-ஞனின் முகத்தில் சிறு அதிர்ச்சித் தென்பட்டாலும் கூடவே ஏக்கமும் தெரிந்தது. அவனாகவே தொடரட்டும் என சிவா அமைதியாகவே இருந்தான்.

"கொஞ்சம் கஷ்டமா இருக்குங்கண்ணா" எனத் தன் தவிப்பைத் தெரிவித்தான்.

"அப்ப ஏன் தனியா இருக்கீங்க. போய் அவங்ககூட கேரம், செஸ், இதோ கிரிக்கெட்கூட விளையாடலாமே, கொஞ்சம் மைண்ட் டைவர்ட் ஆகும்"

"எல்லாரும் புதுசா இருக்காங்களே"

"எல்லாமே புதுசுதான் தம்பி, இந்த கொரானாவில இப்படி நம்ம படற அவஸ்-தைக்கூட புதுசுதான். அதற்காக நாம எல்லாத்தையும் விட்டுட முடியுமா?"

சசி மேற்கொண்டு பேச்சை வளர்க்கலாம் என அந்த இடத்திலே சற்று சாவகா-சமாக உட்கார்ந்துக் கொண்டான். அவன் அமர்ந்த நிலையைப் பார்த்ததும் சிவா-விற்கு இன்னும் அவனுடன் பேசலாம் என்ற எண்ணம் தோன்றியது.

"சொல்லுங்க உங்களைப் பத்தி. அப்புறம் நான் என்னைப் பத்திச் சொல்றேன்" எனக் கேட்டான் சிவா. சசி அவனை நிமிர்ந்து பார்த்துவிட்டு பின் பதிலளிக்கத் துவங்கினான்.

"எம். காம் படிச்சிட்டு ஒரு கம்பெனியில அக்கவுண்ட் டிபார்ட்மெண்ட்ல வேலை செய்றேன். இங்கு பக்கத்து ஊருதான் என்னது. லாக்டவுன்னு சொன்ன-வுடனே வீட்டிலிருந்து அப்பா, அம்மா வண்டி எடுத்துட்டு வந்து, என்னைக் கூட்-டிட்டு வந்துட்டாங்க"

"அப்பா கவர்மென்ட் உத்தியோகமா?"

"ஆமா, ரெவின்யூ டிபார்ட்மெண்ட்ல இருக்காரு"

"சிகரெட் எத்தனை வருஷம் பழக்கம்"

"நாலு வருஷம்"

"விட்டிருக்கியா நடுவுல"

"ஆமா ப்ரெண்ட் சொன்னான்னு ரெண்டு தடவை டிரை பண்ணேன். ரெண்டு மாசம் கூட முடியல. அப்புறம் அவனுக்குத் தெரியாம......" என வாக்கியத்தை முடிக்காமல் சிரித்தான்.

"இந்த வார்டுல அதையெல்லாம் பண்ணமுடியாதே தம்பி. பாத்ரூம்ல பிடிச்-சாகூட வெளியே வந்து அப்புறம் எல்லாரும் இரும ஆரம்பிச்சிருவாங்களே. அதுவுமில்லாம உனக்கேகூட ஆக்ஸிஜன் லெவல் குறைஞ்சு பிரச்சனையாயிடும். உனக்குத்தான் தெரியுமே ஆக்ஸிஜன் தட்டுபாடு. ஏன் உங்க வீடுதான் பெரிசா இருக்குமே தனியா ரூம் இல்லையா, அங்கேயே உன்னைப் பார்த்திட்டிருக்-லாமே?"

"எங்க அம்மா பாசமா பார்த்துக்கிறேன்னு, அவங்களுக்கும் தொத்திகிடுச்சி. அப்பாதான் அம்மாவை நான் பார்த்துகிறேன்னு என்னை இங்க அனுப்பி வச்சிட்-டாரு"

"நல்லது தானே ரெண்டு பேருக்கும்" சிவா சொல்லி முடித்துவிட்டு சசியை உற்று நோக்கினான். அவனோ வேறு சிந்தனையில் மூழ்கி விட்டான். அவனைத் தொந்தரவு செய்ய வேண்டாமென சிவாவும் அமைதியாகி விட்டான். ஆனால் சில நிமிடங்களுக்குப்பின் ஞாபகம் வந்தவனாய்,

"உங்களைப் பத்திச் சொல்றேன்னு சொன்னீங்களே, அண்ணா" எனக் கேட்-டான் சசி.

"என் பேரு சிவானந்தம். எங்க அப்பா சிவபக்தர். அப்படியே கொஞ்ச மாந்-திரீகக் கலைகளும் தெரியும், பாம்பு கடிக்கு ஊர் மக்கள் எங்க குடும்பத்தைதான் நாடி வருவாங்க. அதையெல்லாம் நான் தூக்கிப் போட்டுட்டு, பிஸிக்ஸ் படிச்சிட்டு ஸ்டோர் கீப்பரா இருக்கேன். கவர்ண்மெண்ட் வேலைக்கு மூணு தடவை டிரை பண்ணி அது கிடைக்காம போயிடுச்சு. இப்ப வயசும் ஆயிடுச்சு"

"நீங்க கல்யாணம் பண்ணிக்கலையா?"

"அது ஒரு அபத்தமான விஷயமா ஒரு காலக்கட்டத்தில் நெனைச்சேன். வீட்ல ரெண்டு பசங்க, நானும் என் அண்ணனும். அவன் சமூகத்தின் அத்தனை மதிப்புகளுக்கும் உட்பட்டு வாழ்ந்தான், எனக்குதான் கல்யாணம் மாதிரி விஷயங்-களில் நாட்டமில்லாம போயிடுச்சி".

"நீங்க யாரையும் காதலிக்கலையா?" என சசி கேட்டவுடன், தன் இருமலுடன் சிவா சிரிக்க ஆரம்பித்து விட்டான்.

"நான் என்ன தப்பா கேட்டேனா?"

"இல்ல தம்பி. அதை அனுபவிக்காம யார்தான் இருக்க முடியும். நான் நாலு காதல்களை வெவ்வேறு காலக்கட்டத்துல அனுபவிச்சேன். இயற்கை உங்களுக்கு இந்தமாதிரி விஷயங்களுக்கு வாய்ப்பு வழங்கிட்டுதான் இருக்கும். சிலபேர் அதைப்

பயன்படுத்திக்கிறாங்க, சிலபேர் சமுதாயக் கட்டுத்திட்டத்தில விலகி போயிடறாங்க"

"யாரும் உங்க சொந்தத்தில கிடைக்கலையா?"

"நிறைய பேர் இருக்காங்க. ஆனா அது கடைசிவரைக்கும் போகும்னு எனக்கு தோணலை"

"புரியலையே" என சசி சொல்லி முடித்ததும் மதிய உணவிற்கான மணிச் சத்-தம் கேட்டது.

"இப்ப சாப்பிடுவோம். அப்புறம் தொடர்ந்து பேசலாம்" என சிவா சொன்னான்.

"நீங்க இங்கேயே இருங்க. நான் உங்களுக்கு ஒரு கவரை எடுத்துட்டு வர்-றேன்" என வாசல் நோக்கி நகர்ந்தான்.

அவன் போவதையே பார்த்துக் கொண்டிருந்த சிவா, மனிதர்களுக்கு கொஞ்ச-நேர தயக்கம்தான், பிறகு எல்லாமே சரியாகிவிடுகிறது என்று நினைத்தான். அவன் வருவதற்குள் இவனது சாப்பாட்டுத் தட்டையும், சசியின் சாப்பாட்டுத் தட்டையும் வாஷ்பேஷன் சென்று கழுவிக் கொண்டு திரும்பி வந்தான்.

"நீங்களே கழுவிட்டிங்கள்ளா, நானும் உங்ககூட இங்கேயே சாப்பிடுறேன்" எனப் பழைய செய்தித்தாளை எடுத்து மெத்தையில் விரித்தான் சசி. இருவரும் உணவு-களை உட்கொள்ளும் போது "எல்லா பாதார்த்தமும் நல்லாயிருக்கே. ஆனா சாப்-பிடதான் முடியல" என்றான் சசி.

"ஒரு நாளைக்கு மனுஷனுக்கு இரண்டாயிரத்து ஐநூறு கலோரி உணவு தேவையாம். அதுகேத்த மாதிரி வகைவகையா பண்ணி தர்றாங்க. மிச்சம் வைக்-காம எப்படியாவது சாப்பிடு, நேரமானாலும் பரவாயில்லை" என்றான் சிவா.

"பாதிகூட சாப்பிட முடியும்னு தோணல"

"பேசிக்கிட்டே கொஞ்ச கொஞ்சமா சாப்பிடு"

"இங்க மொத்தம் எத்தனை பேரு"

"இருபத்துநாலு பெட் இருக்கு, பக்கத்து ரூம்லயும் சிலது இருக்குன்னு நினைக்கிறேன்"

"எல்லா பெட்டும் புல்லாயிடுச்சு போல"

"வெளியில இருக்கிற நிலைமையைப் பார்த்தா, இங்க நல்லா இருக்கிறவங்க-ளுக்கு எல்லாம் வேற ரூம் அலாட் பண்ணுவாங்க போல"

"நீங்க இந்த ஊரா?"

"இல்லப்பா, பெங்களூருக்கு போயிட்டு திரும்பும்போது தான் பிடிச்சிட்டாங்க. எனக்குப் பெரிசா உடம்புல பிரச்சனை தெரியல, லேசா தலை வலிக்குது அவ்-வளவுதான். இருந்தாலும் வந்துட்டேன்." என சிவா சொல்லிவிட்டு சாப்பிடுவ-தில் கவனம் செலுத்தினான். சுற்றி இருந்தவங்களையும் கவனிக்க, அவர்களும் உணவை மெதுவாக மென்று சாப்பிடுவது தெரிந்தது. பெரியவர்கள் சற்று நிதான-

மாகவே தங்களின் உணவை எடுத்துக் கொண்டிருந்தார்கள். அவர்களின் முகத்-தில் வேதனை படர்ந்திருந்தாலும், தாங்களும் இதிலிருந்து விடுபட்டு விடுவோம் என்ற நம்பிக்கைத் தெரிந்தது. வாழ்வது யாருக்குதான் பிடிக்காது. இப்படி கண்-ணுக்கே தெரியாத எதிரியுடன் போராடும்போது மனித குலத்திற்கே இயல்பான அந்தப் போராட்ட மூர்க்க குணம் வலுப்பெறுகிறது.

"இப்பவும் உங்களுக்குக் கல்யாணம் பண்ணிகிடனும்னு தோணலையா?"

"நடக்கிறப் பல விஷயங்களைப் பார்க்கும்போது, பண்ணிக்கவும் தோணுது, பண்ணாம இருந்தா யாருக்கும் எந்தப் பாதிப்பும் ஏற்பட்டு விடாதே என்ற நிம்மதி-யும் எழுது".

"உங்க உடம்பு இருக்கிற கண்டிஷனுக்கு உங்களுக்கு ஒண்ணும் ஆகா-துண்ணா" என்றான் சசி.

சிவாவும் அதைப் புன்முறுவலுடன் ஏற்றுக்கொண்டான். இருவரும் அவர்களின் உணவை முடிக்க முப்பது நிமிடங்கள் எடுத்துக் கொண்டார்கள்.

மீதங்களை ஒரு கவரில்போட்டு அதற்கென்று தனியாகயிருந்த குப்பைத் தொட்டியில் போட்டுவிட்டுக் கை அலம்பி நடக்கத் தொடங்கினார்கள் அந்த வார்-டுக்குள்ளே. மீண்டும் அந்தக் கேரம் குழு தங்கள் விளையாட்டைத் தொடங்கியது.

"இந்தக் கேரம் சத்தத்துல என்னால தூங்கவே முடியல. ஆனா இந்த பெரிய-வங்க எப்படிதான் தூங்குறாங்களோ"

"அவங்க எங்க தூங்குறாங்க, சின்ன பசங்களைத் தொந்தரவு பண்றதுக்கு அவங்களுக்கு மனசு வரல. அதான் விளையாடிட்டுப் போகட்டும்னு கண்ணை மூடிட்டு படுத்துட்டு இருக்காங்க" என்றான் சிவா. அவர்கள் இருவரும் அந்த வார்டை ஆறுமுறை சுற்றி வந்தபின் "நீ இப்ப போயி படு, ராத்திரிக்கு பேசு-வோம்" என சிவா அவனது படுக்கை நோக்கி நடந்தான்.

இரவு சாப்பிட்ட பின்பு இருவரும் சிவாவின் மெத்தையில் அமர்ந்து பேசத் தொடங்கினார்கள். ஆனால் பலர் தூங்குவதற்கு தயாராகி கொண்டிருப்பதைக் கவனித்தவர்கள் வேறு இடத்திற்குச் செல்லலாம் என எழுந்தார்கள். சிவா முகக்-கவசத்தை எடுக்க சசியும் தன் பையிலிருந்து சானிடைசர் பாட்டிலை எடுத்துக் கொண்டு வந்தான். வார்ட் நர்ஸ் இருவரும் வெளியில் செல்வதற்கு மறுப்பு தெரி-வித்தார்கள். தங்களுக்கு மன அழுத்தம் அதிகமாகி கொண்டிருப்பதாகவும் அரை-மணி நேரத்தில் யாருக்கும் எந்த இடைஞ்சலும் இல்லாமல் திரும்பி வருவதாகவும் கூறினார்கள்.

மற்றொரு செவிலியர், முன்புறம் செல்ல அனுமதியில்லை என்றும் வேண்டு-மென்றால் பின்புறம் சென்று பத்து நிமிடத்திற்குள் திரும்பி வந்துவிட வேண்டும் என்றும் கட்டளையிட்டார். மேலும் இருவரும் எதையும் தொடக்கூடாது என்று கேட்டுக்கொண்டார். அவர்கள் பின்புறமிருந்த புங்க மரத்தின் அடியிலிருந்த பெஞ்-

சில் சென்றமர்ந்தார்கள். சற்றுத் தொலைவில் நகரத்து விளக்குகளின் வெளிச்சம் ஒளிர்ந்தது. பிரதான சாலையில் அந்த இரவிலும் இரண்டு பைக்குகள் விரைவா- கச் செல்லும் ஓசையும், அதன் ஒளிப் பிரகாசமும் தெரிந்தது.

இருவரும் சற்றுத் தங்களை ஆசுவாசப்படுத்திக் கொண்டார்கள். அமர்ந்தவுடன் பேச்சைத் தொடங்கும் ஆவல் இருவருக்குமே எழவில்லை. தங்களின் சிந்தனை- களின் உலகத்திற்கு சென்றவர்கள்போல் காட்சியளித்தார்கள். சிறிது நேரத்திற்குப் பிறகு சசி பேச்சை ஆரம்பித்தான்.

"இப்ப சிகரெட் பிடிச்சா சுகமா இருக்கும்"

அவனை நிமிர்ந்து பார்த்த சிவா அவனது தோளில் தட்டிவிட்டு ஏதோ நிறைய பேச வேண்டியிருப்பது போல் சசியை நோக்கி திரும்பி அமர்ந்து கொண்டான்.

"உன்னுடைய ஏக்கம் நியாயமா இருந்துச்சுன்னா அது இந்நேரம் கிடைச்சி- ருக்கும்"

"புரியலையே"

"இதுவே எனக்குத்'தண்ணி' வேணும்னு நினைச்சிருந்தா, இந்நேரம் எனக்கு எப்பவோ அது கிடைச்சிருக்கும்"

"எப்படிக் கிடைச்சிருக்கும்"

"அதுதான் எனக்குப் புரியாமயிருக்கு. எல்லாம் எங்க ஜீன்ல இருக்கோன்னு சந்தேகமாயிருக்கு. கடந்த பத்து வருஷமா ராத்திரியில குடிக்கிறேன். ஆனா இது- வரை தண்ணி கிடைக்கலன்னு வெறுமனே படுத்தது கிடையாது. அது வறட்சியான இடத்தில் இருந்தாலும் கூட"

"சிலருக்கு அந்த அதிர்ஷ்டம் இருக்கும் போல"

"நானும் இதுவரை அப்படி ஒண்ணும் முயற்சி பண்ணது கிடையாது. முதல்ல நண்பர்கள்கூட எடுத்துக்க ஆரம்பிச்சது அப்புறம் வேலை விஷயமா தனியா வாழ ஆரம்பிச்சதும் தனியாவே எடுக்க ஆரம்பிச்சிட்டேன். மொதல்ல எந்த பிரச்சனை- யும் இல்ல, கொஞ்சம் மனசு லேசா ஆக ஆரம்பிச்சிருச்சு, இதுல நேர்மையில்- லாத வேலையில வேலைசெஞ்ச மனஅழுத்தம் வேறு, தண்ணியடிச்சிட்டு மத்தவங்- களைக் காயப்படுத்த ஆரம்பிச்சிட்டேன். கொஞ்ச நாள்ல வரம்பு மீறிடுச்சு. நைட்ல வேறுமாதிரியும், காலையில அதை நினச்சு வருத்தபடுவதாகவும் வாழ்க்கை முறை மாறிடுச்சி. அப்படியே கொஞ்ச கொஞ்சமா முழுசும் தனியா வாழ ஆரம்பிச்சுட்- டேன்"

"உங்களைப் பாத்தா நல்லவங்களா தானே தோணுது. அது எப்படி மாறி போகும்"

"அதுதான் தம்பி உண்மை. நண்பர்களும், குடும்பத்தாரும் பொறுத்துக்குவாங்க, கூட வேலை செய்யிற பொம்பளைங்களுக்கு ஏதோ இந்த உலகத்துல நான்தான் யோக்யமானவன் மாதிரி அவங்களுக்கு அறிவுரை சொல்ல ஆரம்பிச்சிட்டேன்.

அதுவும் ராத்திரியில தண்ணியடிச்சிட்டு. அது அப்படியே பெண்களிடமிருந்து தள்-ளிக் கொண்டு போயிடுச்சு. அதனால எனக்கு பெரிசா எந்த இழப்பும் இல்லாத-மாதிரி தான் தோணுச்சு. அவங்க பிரைவைசில தலையிட்டுட்டோம்னு பின்னாடி புரிஞ்சது, ஆனா என்ன செய்ய? கண்கெட்ட பின்னே சூரிய நமஸ்காரம்".

"அப்படி என்னதான் சொல்வீங்க?"

"இந்தக் குடி இருக்கே குடி, சிலபேருக்கு வேறுவிதமான விளைவுகளை ஏற்-படுத்திருது. எனக்கு கொஞ்சம் மனுசங்களை கவனிச்சு கவனிச்சு ஒரு மாதிரி மனுசுனாவே மாறிட்டேன். முதல்ல என் நண்பர்கள் பத்தி என் அனுமானங்களைச் சொல்ல ஆரம்பிச்சேன். அது தொண்ணூறு சதவீதம் சரியா இருந்துச்சு. அப்புற-மென்ன மனசோட நம்பிக்கை பிறகு தண்ணியோட விளைவு, எல்லாரும் எந்தெந்த மனநிலையில இருக்காங்கன்னு என்னால உணர முடிஞ்சுது. அது தானாவே தோணும். காலையில எழுந்திருக்கும் போதே அந்தநாள் எவ்வாறு இருக்கும், அதாவது பிரச்சனை வரக்கூடிய நாளா என்பது மாதிரியான விஷயங்களைத் தெளிவா உணர முடியும். அது ஒரு மனக்கலை. அது எப்படியோ என்கிட்ட வந்-துடுச்சு. அதை என்னால சரியா கையாளத் தெரியாம போயிடுச்சு. இதுக்கு இந்தத் தண்ணிதான் காரணம்னு சொல்லமாட்டேன்"

"அதான் நீங்க முதல்ல என்னைக் கூப்பிட்டு கேட்டீங்களா"

"அது சாதாரணம் தம்பி. ஆனா பாருங்க நான் தண்ணியடிச்சிட்டு இருந்-தபோது வராத இந்தக் கொரானா, நாலுநாள் நிப்பாட்டிட்டு கொஞ்சம் தொப்-பையைக் குறைக்கலாம்னு காலையில ஓட ஆரம்பிச்சேன். உடனே வந்துடுச்சு, எனக்கே சிரிப்பா இருக்கு. எங்கே சில ஜனங்க சொல்றது நிஜமாகிடுமோன்னு"

"ஆமா என்னோட நண்பர்களும் சிலபேர் அப்படிதான் நினைச்சு குடிச்சிட்டு இருக்காங்க" என்றான் சசி. சிவா வாய்விட்டு சிரிக்க ஆரம்பித்தான். பின் சூழ்-நிலையை உணர்ந்து அமைதியானான்.

"அது ஒருபுறம் இருக்கட்டும் தம்பி. இந்தக் கொரானா எப்படி உன் உடம்பைப் பாதிக்குது?"

"சில நேரத்தில உடம்பே களைத்துப்போகிறது, பசி எடுக்கிற மாதிரி ஃபீல் ஆகல, ஆனா அந்த நேரத்தில ரெண்டு பேர் உடம்புல உட்காந்துட்டு இருக்கிற மாதிரி தோணும். தலைவலி அதிகமாகும். சுவாசம் அப்படி ஒண்ணும் பிரச்சனை-யில்லை"

"நாம ஊரவிட்டு ரெண்டு கிலோமீட்டர் தள்ளியிருக்கோம், சுத்தமான காற்று-தான் இங்க"

"தூக்கத்துல அமுக்குவான் மாதிரி பல தடவை ஆயிடுச்சு. வயிறு கல்லாயி-ருக்கு. இருமினா கொஞ்சம் வலிக்குது"

"எனக்கு அப்படி ஒண்ணும் மோசமா இல்லப்பா. அயர்ச்சி அதிகமாயிருக்கு. ஆனா ஒண்ணு புரிஞ்சுக்கோ, இப்ப நாம பொழைக்கிறத்துக்கு எவ்வளவோ சாத்தியகூறுகள் இருக்கு. ஆனா கதிர்வீச்சு மாதிரி ஏதாவது நடந்திருந்தா இந்த உலகத்தை யாராலும் காப்பாத்த முடியாது"

"ஆமாண்ணா, நீங்க சொல்றதும் உண்மைதான். ஆனா நிறைய பேர் செத்துப் போய்ட்டாங்களே"

"இது உலகத்தையே ஒரு உலுக்கு உலுக்கியிருக்கு. இந்தப் பாதிப்பு இப்ப சொல்றதவிட பத்து வருஷம் கழிச்சிதான் நாம கவனிக்க முடியும். எத்தனையோ குடும்பங்கள் எப்படி எழுந்து வரப் போறாங்கன்னு தெரியல. நினைச்சிப் பார்த்தா அவ்வளவு சங்கடமா இருக்கு" என மேற்கொண்டு தன்னால் தொடர முடியாது என்பதுபோல் சிவா அமைதியாகிவிட்டான். சசியும் தொந்தரவு செய்யாமல் தன் எதிர்காலம் குறித்து அச்சம் கொள்ளத் தொடங்கினான். கல்வி என்ற விஷயத்தையே கேலி கூத்தாக்கிவிட்டது இந்தக் கொரானா. இவ்வளவு காலம் பின்பற்றிய எல்லா விதிமுறைகளும் மாற்றி எழுதப்படுகிறது. யாரும் எதிர்க்கவே முடியாது என்பதுதான் நிதர்சன உண்மை.

இது ஒரு தலைமுறையைப் பின்தங்கச் செய்தால் பரவாயில்லை. ஆனால் மூன்று தலைமுறையைப் பாதித்துவிடும் போல் தெரிகிறது. இன்னும் அதற்கான தரவுகள் கிடைக்கவில்லை. வாழ்ந்துதான் தெரிந்து கொள்ள வேண்டியிருக்கும்.

"சரி வா தம்பி போலாம்" என சிவா சொல்ல, இருவரும் வார்டை நோக்கி நடக்கத் தொடங்கினார்கள். எந்தவித சிறு ஓசையும் எழுப்பாமல் அவர்கள் உள்ளே சென்றாலும் அரைத் தூக்கத்திலிருந்த செவிலி கண் திறந்து பார்த்துவிட்டு ஏதும் சொல்லமால் கண்ணை மூடிக்கொண்டது அவர்களுக்கு நிம்மதியானது.

அவர்கள் சில நாள்கள் அந்தமாதிரி பேசியே பொழுதைக் கழித்தார்கள். முதலில் சிவாவிற்கு டெஸ்ட் நெகட்டிவ் என்று வர, அனைவரிடமும் விடைபெற்று கிளம்பினான். கம்பெனியில் சேர மனமில்லாமல் இரண்டுநாள் அறையிலேயே பொழுதைக் கழித்தான். இப்பொழுதெல்லாம் மாலை வேளையில் தண்ணியடிக்க தோணவேயில்லை என்பது அவனுக்கு ஆச்சர்யத்தைக் கொடுத்தது. மூன்றாம் நாள் கம்பெனிக்குச் சென்று தனது பணிகளைத் தொடங்கினான். அப்படியொன்றும் அதிக மாறுதல்கள் ஏதும் ஏற்பட்டுவிடவில்லை. அந்த நேரத்தில் டிரான்ஸ்போர்ட் பாதிக்கப்பட்டிருந்ததால் எந்தச் சரக்கும் பெரியதாய் வரவில்லை.

கம்பெனியில் தேவையான ஆட்கள் மட்டுமே அதுவும் சுழற்சி முறையில் வந்தார்கள்.

மாலை வேளையில் அறைக்குத் திரும்பும் வழியில் மதுபானக்கடையைப் பார்க்கும்போது வாங்குவதற்கான மனநிலைத் தொடர்ந்தது. ஆனால் அதன்மீது எந்தவித ஈடுபாடும் ஏற்படவில்லை. உடல்நலமும் பல நாட்களுக்குப்பின் இயல்பை

அடைந்தது.

அன்றுமாலை திரும்பும்போது இரவுகள் எப்பொழுதும் கொண்டாடப்பட வேண்-
டியவை. எனவே இன்றுமுதல் தொடங்குவோம் எனக் கடைக்குச் சென்றான்.
கடைக்காரன் நல்லா ஆயிட்டிங்கபோல என்பதுபோல் புன்னகைத்தான். அவனும்
தலையாட்டிவிட்டு ஒரு முழு பாட்டிலையும் வாங்கிக் கொண்டு தன் இருசக்கர
வாகனத்தை அடைந்தான். புட்டியை முன்புறமுள்ள டேங்கின் கவரில் செருகும்-
போது வாழ்வில் முதன்முறையாக அது தவறி அவன் காலடியில் விழுந்து சித-
றிப்போனது. நம்பமுடியாமல் அதிர்ந்தவன் சில நொடிகளிலே மனதுக்குள் சிரிக்க
ஆரம்பித்தான். சிறு தொலைவில் தன் கம்பெனியில் வேலை பார்க்கும் பெண்
"வேணும் உனக்கு" என்பதுபோல் அவனைப் பார்த்துச் சிரித்தபடி போவதைப்
பார்த்து வெட்கம் கொண்டான். இனி இரவுகளின் கொண்டாட்டம் மதுவல்ல என்-
றும் அவனுக்குப் புரிந்தது.

4

ஓவியா

ஓவியா கட்டிலில் தூங்கிக் கொண்டிருக்கும் அழகை ரசித்தப்படி நாற்காலியில் அமர்ந்திருந்தாள் நந்தினி. தன்னால்தான் ஓவியாவிற்கு அது பரவியிருக்கிறது என்பதில் சிறு சங்கடம்கூட மனதில் எழுந்தது.

"நந்து, இதுக்கெல்லாம் மனசைப் போட்டுக் குழப்பிக்காதே, எப்படியும் யார் மூலமாவது வரத்தான் போகுது. உன் மூலமா வந்துருச்சு, அவ்வளவுதான்" என பேச்சைத் துண்டித்து விட்டாள் அப்பொழுது.

கடந்தவாரம் நான்கு மணிநேர தொலைவில் இருக்கும் வீட்டிற்கு நந்தினி சென்றுவந்த அன்றே ஓவியாவிற்கு எப்படியோ தெரிந்திருக்கிறது. இரவில் திரும்-பியவள் காலையில் அவள் கண்திறக்க முடியாமல் தவிப்பதைப் பார்த்த ஓவியா,"அப்படியே படுத்திரு, நான் டவலை தண்ணில முக்கி எடுத்துட்டு வர்-றேன்" எனப் பணிவிடை செய்ய ஆரம்பித்துவிட்டாள். அவர்கள் தங்கியிருப்பது தனியார் உணவுடன் கூடிய மகளிர் விடுதிஅறை என்பதால் ஓவியா உடனடியாகக் கதவை மூடினாள். எப்பொழுதும் காலைஒளி அறையில் படரும் சுகம் இருவருக்-குமே பிடிக்கும் என்பதால் காலையிலேயே கதவைத் திறந்து வைத்து விடுவார்கள். அன்றும் அப்படிதான் நாற்காலியில் அமர்ந்து காபியைக் குடித்துக் கொண்டிருந்த ஓவியாவிற்குக் கட்டிலில் தூங்கும் நந்தினியைப் பார்க்கையில் ஏனோ நெருட=லாகவே இருந்தது. அன்று ஏதோ அவள் ஊரில் நடந்திருக்குமென நினைத்துச் சமாதானமானாள். ஆனால் நந்தினி கண் திறக்க சிரமப்படுவதை அறிந்தவுடன் அவளுக்கு எல்லாமே விளங்கி விட்டது.

இருவருமே செவிலியர் என்பதால் முதல் தடுப்பூசியை அவர்கள் செலுத்தியி-ருந்தாலும் அதையும் மீறி அந்த வைரஸ் உடலில் பரவிவிட்டது.

கண்களைத் திறந்த நந்தினிக்கு ஓவியா உடனடியாகப் பரிசோதிக்க வருமாறு தங்கள் மருத்துவமனைக்குத் தொலைபேசியில் பேசிக் கொண்டிருப்பதில் அனைத்-தும் புரிந்துவிட்டது. இரண்டாம் தளத்திலிருந்த அனைவருக்கும் பரிசோதனை செய்ய வேண்டும் என்பதை விடுதி மேலாளருக்கு ஓவியா தெரியப்படுத்தினாள்.

அவர்கள் எதிர்பார்த்தது போலவே இருவருக்கும் பாஸிட்டிவ் என்றும், அந்தத் தளத்தில் யாருக்கும் பரவவில்லை என்ற நிம்மதியும் தந்தது. அதன்பிறகு மருந்து மாத்திரைகளை, உணவு கொண்டு வைப்பதற்கு ஜன்னல் கொக்கியை பயன்படுத்-துவது என பல ஏற்பாடுகளை இருவரும் செய்தார்கள். அவர்களது தோழிகள் அனைவரும் அவர்களுக்கு உதவ எப்பொழுதும் தயாராகவே இருந்தார்கள்.

முதல் இரண்டு நாட்கள் அந்தளவு எந்தப் பெரிய பாதிப்பும் அவர்களது உடலில் தோன்றவில்லை. மூன்றாவது நாளில் நந்தினியின் காய்ச்சலும், இருமலும், தலைவலியும் அதிகரிக்க அவளால் அதைத் தாங்க முடியாமல் தவித்தாள். சில வேளைகளில் மின்சாரம் நின்றுபோய்விட அந்த நேரத்தில் ஜன்னலை சிறு அளவே திறந்து வைத்து தங்களைக் காப்பாற்றிக் கொண்டார்கள்.

நந்தினி அளவுக்கு ஓவியாவிற்கும் பாதிப்பு இருந்தாலும் நந்தினிக்கு உதவுவ-திலேயே ஆவலாய் இருந்தாள். நந்தினிக்கு ஓவியாவின் கரம் அவள் உடல்மீது படும்போதெல்லாம் சிறுவயதில் அம்மாவை இறுக்கி அணைத்தபடி தூங்கியது மங்-கலாக நினைவிற்கு வந்தது.

நந்தினிக்கு ஓவியாவின் இந்த அர்ப்பணிப்புணர்வு அவளது மரபணுவிலேயே இருக்கிறது என்றுகூட நம்புவாள். ஏனெனில் அவள் இதுவரை மூன்றுபேரை மயி-ரிழையில் காப்பாற்றி இருக்கிறாள். ஒருமுறை தன் கண்ணெதிரிலே இதை நிகழ்த்தி இருக்கிறாள். அந்த நிகழ்வு இருவரும் நந்தினியின் வீட்டிற்கு சென்று திரும்பிய ஒரு ஞாயிற்றுக்கிழமையின் மாலைவேளையில் ரயிலில் வைத்து நடந்தேறியது. ரயில் பெட்டிகளில் கூட்டமில்லை என்றாலும் எல்லா இருக்கைகளும் நிரம்பியே இருந்தன. அவர்கள் எதிரே உட்கார்ந்து கொண்டிருந்த தம்பதியருக்கு அறுபது வயதிருக்கலாம். நந்தினிதான் அதிகம் அவர்களுடன் பேசிக்கொண்டு வந்தாள். ஓவியா நாவல் ஒன்றைப் படித்தப்படி அமர்ந்திருந்தாள். அவர்கள் உரையாடல் நின்று போயிருந்த சமயத்தில்தான் ஓவியா "நந்து சீக்கிரம் அந்த பெட்ஷீட்டை எடு" என இடதுபக்கமாக நெஞ்சைப் பிடித்தபடி சாய்ந்து கொண்டிருந்த அவரைத் தாங்கிப் பிடித்தாள். சில வினாடிகளில் அவர் தன் இதயத்தின் துடிப்பை இழக்க ஆரம்பித்தார். நந்தினிக்கும் என்ன செய்ய வேண்டும் எனத் தெரிந்திருந்தாலும் ஓவியாவிற்கு உதவுவதிலே முன்னுரிமை தந்தாள். அவரை இருவரும் படுக்க-வைத்து அவரின் மனைவியை வெளியே அனுப்பிவிட்டு, கூட்டத்தை நெருங்காமல் பார்த்துக் கொள்ளுமாறு கட்டளையிட்டார்கள். ஓவியா உடனடியாக முதலுதவி-யைத் தொடங்கினாள். எவ்வளவு தான் நெஞ்சில் கைவைத்து அழுத்தி(சிபிஆர்) அவருக்கு சுவாசம் வரச் செய்ய முயற்சித்தாலும் ஓவியாவிற்கு வெற்றி கிடைக்க-வில்லை.

"நந்து, இருபது தடவை நீ மார்பை அழுத்து, நான் வாயோடு வாய் வைத்து டிரை பண்றேன்" என ஓவியா அவரின் வாயோடு வாய்வைத்து சுவாசத்தை

திரும்ப கொண்டுவர முயற்சித்தாள். அப்படி இருவரும் மாறிமாறி செய்ததில் ஆறாவது முயற்சியில் பலன் கிடைத்தது. அவரின் சுவாசம் திரும்பபெற்று மெல்ல இருமத் தொடங்க இருவரும் சந்தோஷத்தில் கண் கலங்கினார்கள். அவரின் மனைவியும் வந்துவிட அந்த ரயில் நின்ற அடுத்த நிலையத்தில் அவர்களை மருத்துவமனைக்கு அனுப்பிவிட்டு நிம்மதியுடன் தங்கள் இருக்கையில் அமர்ந்தார்- கள். நந்தினிக்கு தான் ஒருவரைக் காப்பாற்றிவிட்டோம் என்ற பெருமை தாங்கமு- டியவில்லை.

"நான் படிச்ச நர்ஸிங்குக்கு இது போதும்டி என் வாழ்க்கை முழுக்க" என்றாள் நந்தினி.

"இது நம்மோட கடமை நந்து. இதுமாதிரி எத்தனையோ பேரை நாம காப்- பாத்தனும்" என்றாள் ஓவியா, நந்தினியின் கையைப் பிடித்து அழுத்தியவாறு.

"எப்படி ஓவியா, இதைச் சாதாரணமா எடுத்துக்குற"

"கியூபாவிற்கு அடுத்து இந்த உலகத்திற்கே நர்ஸ்களை கொடுக்கிற மாநிலம் எங்களதுதான். என்னைவிட என் அண்ணன் இதுக்குமேல. தன் உயிரைக் கொடுத்து மத்தவங்களைக் காப்பாத்தற ரகம்".

"என்ன பண்றாரு உன் அண்ணன்."

"பயர் ஆபீஸரா இருக்காரு. அடுத்த வாரம் என்னைப் பார்க்க வர்றாரு. அவரை உனக்கு அறிமுகப்படுத்தி வைக்கிறேன்."

ஓவியாவின் அண்ணனைச் சந்திக்கையில் நந்தினிக்கு ஓவியா சொன்னது உண்மைதான் என்று பட்டது. இரண்டு மணிநேரம்தான் அவனுடன் பொழுதைக் கழித்தாள் என்றாலும் பல விஷயங்களை நந்தினிக்கு அறிமுகப்படுத்தினான். ரயில்வே முன்பதிவு விண்ணப்பத்தில் டாக்டர் என்ற அடைப்புக் குறிக்குள் உரிய- வர் இருப்பின் டிக் செய்வது போல், பயர் பைடருக்கும் FF என ஏற்படுத்தி அந்த அடைப்புக் குறிக்குள் டிக் செய்வதன் அவசியத்தையும், தேவையையும் உணர்- தினான். மேலும் அவர்கள் நெருக்கமான கடைதெருவில் நடந்துக் கொண்டிருக்- கும்போது சத்தமில்லாமல் ஒரு எலெக்ட்ரிக் ஸ்கூட்டர் கடந்து செல்வதை பார்த்து "இனி நாம கவனமாதான் ரோட்டைகிராஸ் பண்ணனும் இல்லைனா விபத்துதான்" என்றார்.

"புரியலையே"

" முன்னாடியெல்லாம் சத்தம் வர்றத்தை வைச்சி பைக் வருதுன்னு நாம கவனமா திரும்புவோம் இப்போ இந்தமாதிரி சத்தமில்லாம பைக்வேகமா வந்தா நாம புரிஞ்சிக்காம திரும்புவோம் அப்ப விபத்துநடக்க சான்ஸ் நெறைய இருக்கு இந்த விஞ்ஞான வளர்ச்சியில மனிதனோட பிகேவியர் சேன்ஜம் முக்கியம்" என்- றார்.

அவன் சென்ற இரண்டு நாட்கள் முழுவதும் அவனைப் பற்றிய நினைவுகளிலே நந்தினி சுழன்றாள். ஓவியா அவனுக்கு நிச்சயமாகிவிட்டது என்றும், இன்னும் சில மாதங்களில் திருமணம் நடக்க இருப்பதையும் கூறினாள். அதற்குப் பிறகு பெரிய-தாய் எந்த ஈடுபாடும் நந்தினிக்கு தோன்றவில்லை. ஆனால் அவனும் இதுவரை நான்குபேரை தீ விபத்திலிருந்து காப்பாற்றி இருக்கிறான் என்பது பெருமையாக இருந்தது.

"என்னடி பலமான யோசனை" என்றபடி புரண்டு படுத்தாள் ஓவியா.

"உன்னைப் பத்திதான் யோசனை பண்ணிட்டிருக்கேன்"

"என்ன யோசனை?" என்றபடி எழுந்து அமர்ந்தாள் ஓவியா.

"நீ ஏன் டாக்டருக்கு படிச்சிருக்கக் கூடாது ?"

"அதெல்லாம் முடிஞ்சுபோன கதை" என எழுந்து, "காபி வேணுமா?" எனக் கேட்டாள் ஓவியா.

"ம்" என சொல்லிவிட்டு மீண்டும் யோசனையில் ஆழ்ந்தாள் நந்தினி.

"இந்தக் கொரானாவுக்கு மருந்தே கண்டுபிடிக்க முடியாதா ஓவியா?" என அச்சிந்தனையின் முடிவில் கேள்வி எழுப்பினாள். ஓவியா இரண்டு கண்ணாடி டம்ளரில் காபியை எடுத்துவந்து ஒன்றை நந்தினியிடம் கொடுத்துவிட்டு மற்-றொன்றை மேஜையில் வைத்துவிட்டு கலைந்திருந்தக் கூந்தலை ஒற்றி திரட்டிப் பின்பக்கமாக கொண்டைப் போட்டுக் கொண்டாள்.

"இது RNA வை பாதிக்கிறது, அதுதான் பிரச்சனை"

"இப்பெல்லாம் ஜெனிடிக் பிராப்லத்தையே சரி பண்றாங்களேடி"

"இதுக்கும் மருந்து கண்டுபிடிச்சிடுவாங்க, ஆனா கொஞ்சம் காலம் தேவைப்-படுது" எனச் சொல்லிவிட்டுக் காபியைக் குடிக்க ஆரம்பித்தாள் ஓவியா.

"எனக்கு இன்னும் ரெண்டு மூனு நாள்ல சரியாயிடும்னு தோணுது நந்து"

"எப்படி"

"கடந்த நாலுநாளா தூக்கத்திலிருந்து நான் முழிச்சாலும் என் உடம்பு எனக்கு சப்போர்ட் பண்ணலை, ஆனா இப்ப அந்தப் பிரச்சனை குறையுது"

"அப்படினா, எனக்கும் சரியாயிடும்தானே"

"பார்ப்போம், உன்னோட உடல்வாகுக்கு கொஞ்சநாள் ஆகும்னு தோணுது, தைரியமாக இரு. மனசைத் தளரவிடாதே அதுபோதும். மனசு தெம்பாயிருந்தா உடம்பும் தெம்பாமாறும்"

"நீ இருக்கும்போது எனக்கு என்ன கவலை" என நந்தினி எழுந்து சென்று ஓவியாவின் கன்னத்தைக் கிள்ளினாள்.

"சரி உன்னோட பேட்-ஐ பயன்படுத்திக்கிறேன் இந்தத் தடவை" என சன்ன-மான குரலில் சொல்லிய ஓவியா பாத்ரூம் நோக்கி நகர்ந்தாள்.

"இந்தப் பிரச்சனையில இது வேறயா" என படுக்கையிலிருந்த அந்தவாரப் பத்திரிகையை எடுத்துப் படிக்க ஆரம்பித்தாள் நந்தினி. முன்புபோல் படிக்க இயலாமல், இந்தப் பாதிப்பின் தீவிரம் குறைய நாட்கள் ஆகுமெனப் படுக்கையில் சாய்ந்தாள். மருத்துவமனையில் ஆக்ஸிஜன் தட்டுப்பாடு அதிகரிப்பதை நினைத்துக் கவலை கொண்டாள். இந்தக் கொரானாவில் என்னவெல்லாமோ பிரச்சனைகளும், தொல்லைகளும் வருகின்றன. இன்னும் கொஞ்ச நாளில் இரண்டாம் தவணைத் தடுப்பூசி வந்துவிடும். அதன்பிறகு இதன் தீவிரம் குறையலாம். இந்த இரண்டாவது அலையினால் மக்கள் ஓரளவு விழிப்புணர்வு பெற்று தடுப்பூசி செலுத்திக் கொள்-வார்கள். உயிர்மீதான அச்சம் அவர்களைப் போட்டுக்கொள்ள செய்துவிடும். இன்-னும் பலபேர் தயங்குவது ஏன்? என்றுதான் புரியவில்லை.

"நந்து, கார்ட்ஸ் ஆடலாமா?" எனக் கேட்டபடி ஓவியா குளியலறையிலிருந்து வெளியே வந்தாள்.

"சரி வா, கொஞ்சநேரம் டைம்பாஸ் பண்ணுவோம்" என அவர்கள் ரம்மி ஆடத் தொடங்கினார்கள். ஆட்டத்தின் நடுவே "அந்த டாக்டர்கிட்டயிருந்து மெஸேஜ் வருதா" எனக் கேட்டாள் நந்தினி. "ஏகப்பட்ட அறிவுரைகள், உலகத்-திலே எனக்கு மட்டும்தான் இது வந்திருக்கிற மாதிரி அப்படியோர் கவனிப்பு".

"நீயே புரோபோஸ் பண்ணி கல்யாணம் பண்ணிக்கோயேன் ஓவியா"

"அதெல்லாம் சரிபட்டு வராது நந்து, அவர் சின்ன வயசுல யானைகுட்டி காலுல செயின் கட்டின கதையா இருக்காரு, அதை உடைச்சிட்டு வரட்டும் பார்க்கலாம்"

"நானாயிருந்தா எப்பவோ பண்ணியிருப்பேன்"

"அவங்க வீட்டைப்பத்தி உனக்குத் தெரியாது, அவர் புல்லாங்குழல் நல்லா வாசிப்பாரு. ஒருநாள் அவங்க வீட்டு விசேசத்திற்குக் கூப்பிட்டார். அப்பதான் எனக்கு சர்ப்ரைஸ் கொடுத்தார்"

"என்ன அது"

"எனக்குப் பிடிச்ச "என்னவோ என்னவோ" பாட்டை எப்படியோ கண்டுபிடிச்சி அன்னைக்கு எல்லார் முன்னாடியும் வாசிச்சு அசத்தினார். நான் நிஜமாகவே ரொம்ப இம்ப்ரஸ் ஆயிட்டேன். ஆனா அவருக்கு டாக்டர் பொண்ணு பார்க்கிறதா அவங்க அம்மா சொன்னபோது, அதுதான் சரின்னு தோணுச்சு"

"சரி டேடிங் போயேன்"

"அவரு அந்த மாதிரியான ஆளு இல்லடி, இன்னைக்கும் அம்மாபிள்ளை தான்"

அவர்கள் விளையாடிக் கொண்டே உரையாடலைத் தொடர்ந்தார்கள். முதல் ஆட்டம் ஓவியா வெற்றி பெற்றாள். இரண்டாவது ஆட்டத்தில் நந்தினிக்கு வெற்-

றிபெற ஒரு சீட்டு மட்டுமே தேவையாயிருந்தது.

"இன்னும் ரெண்டு வருஷம் போனா, நம்மள ஆண்டின்னு கூப்பிட ஆரம்பிச்-சிடுவாங்க ஓவியா" என்றாள் நந்தினி.

"உனக்கு என்னடி குறைச்சல், ஏஞ்சல் மாதிரி இருக்கே, யார் உன்னை ரிஜக்ட் பண்ணமுடியும்"

"எல்லாம் அந்த ஜோசியக்காரனைத்தான் கேட்கணும், இருந்தாலும் உன்-னோட மேனரிசமும், ஸ்டைலும் எனக்கு வரமாட்டுதடி"

"அதெல்லாம் தானாவரும், இந்த ஒரு வருஷத்தில நீ எவ்வளவு சேஞ்ச் ஆகி-யிருக்கே" என்றாள் ஓவியா.

"எல்லாம் உன்னாலதான்" எனத் தன் முதல் வெற்றியைப் பதிவு செய்தாள் நந்தினி. மூன்றாவது ஆட்டத்தில் மீண்டும் நந்தினியே வெற்றி பெற்றுவிட ஓவியா சற்று கவனமுடன் ஆட ஆரம்பித்தாள்.

"இந்தக் கொரானாவால செத்தவங்களுக்கு உரிய உதவிகள் எல்லாம் ஒழுங்கா கிடைக்குமா ஓவியா?"

"அதெல்லாம் நமக்கு எதுக்கு, ஆனா நிறையபேரு கொரானாவில பணப்பி-ரச்சனைக்கு உள்ளானாங்களோ அதைவிட இதைவச்சு காசு பார்த்துவங்க தான் அதிகமா இருப்பாங்கபோல" என்றாள் ஓவியா.

"அவங்களுக்கெல்லாம் சுக்கிரதிசை தான்" என்றாள் நந்தினி. நாலாவது ஆட்டம் ஓவியா வெற்றிப் பெற்றுவிட வெளியில் இருள் சூழ்வதை இருவரும் உணர்ந்தார்கள்.

"போதும்டி ஆட்டம்" என நந்தினி எழுந்து விளக்கை ஆன் செய்தாள். அதேநேரம் மருத்துவமனையிலிருந்து போன் வந்தது.

"ஓவியா, உன்னோட டாக்டருக்கும் கொரானா வந்திருச்சாம்" என்றாள் நந்-தினி.

ஓவியாவால் அவளுக்கு பதில்சொல்ல முடியாமல் கட்டிலில் சென்று அமர்ந்து கொண்டாள். ஏனோ மனம் அவருக்குப் பணிவிடை செய்ய ஏங்கியது. போன் செய்து பேசினால் அவருக்குப் புத்துணர்ச்சியாக இருக்குமென நினைத்தாள். ஆனால் அதுவே வேறொரு பிரச்சனைக்கு அடிதளமிட்டுவிடுமென அமைதியா-னாள். அவருக்கு டாக்டர் மனைவிதான் இயல்பானது என்று மனதுக்குள் நினைத்-தாள். மேலும் அவரைப் பற்றி நினைப்பதைத் தவிர்க்க நந்தினியிடம் பேச்சுக் கொடுத்தாள்.

"இன்னும் சில வருஷத்துக்கு நமக்கு சோதனையான காலம் நந்து, எப்பவும் பிஸியாயிருக்க வேண்டிவரும். எத்தனைபேரு நம்ம மனசை கலங்க வைக்கப் போறாங்களோ" என வேதனையுடன் சொன்னாள்.

"ஆமாப்பா, எனக்குகூட பயமாதான் இருக்கு. ஆனாலும் ஏதோ நம்பிக்கையும் கூடவே வருது"

"இது மனித இனத்திற்கே சவாலா இருக்கப் போகுதுன்னு தோணுது"

"அப்படியெல்லாம் மோசமா போயிடாது ஓவியா, சீக்கிரமே மருந்து கண்டுபி-டிச்சிடுவாங்க"

"அதை மக்கள் புரிஞ்சிக்கணும். ஹெல்மேட் போடாம சின்ன பசங்க வண்டி ஓட்டறமாதிரி ஜனங்க சீரிஸாகவே எடுத்துக்கமாட்டேங்றாங்க. அப்புறம் ஆஸ்பிட்-டல் வந்து அழுது நம்மளை வேதனைப்படுத்துறாங்க. எத்தனை வழிகாட்டுதலை கவர்மெண்ட் கொடுக்குது, அதை அவங்க பாலோ பண்ணாவே கொஞ்சம் தடுக்-கலாம்"

"ரூல்ஸ் போடுறவங்களே ரூல்ஸை மதிக்காம நடந்தா ஜனங்களை என்ன சொல்ல முடியும்?" என நந்தினி சொல்ல, ஓவியா அமைதியானாள். மேற்-கொண்டு பேசத் தோன்றாமல் தன் சிந்தனையில் மூழ்கினாள். அதே நேரம் நந்தி-னிக்குப் போன்வர "சாப்பாடு வருது, ஜன்னல் திறந்து கொக்கியை அந்த பக்கம்-போடு ஓவியா" எனச் சொன்னாள்.

இரவுச் சாப்பாட்டை இருவருமே மீதம் வைக்காமல் சாப்பிட்டு முடித்தார்கள். சிறிது நேரத்திற்குப் பிறகு மாத்திரையைச் சாப்பிட்டுவிட்டு நந்தினி தன் கட்டலில் படுத்துத் தூங்க ஆரம்பிக்க, ஓவியா கைபேசியை எடுத்து இதுவரை வந்த செய்தி-களைப் படிக்கத் தொடங்கினாள். நந்தினி கட்டிலில் அசைவதைப் பார்த்து ஓவியா எழுந்துசென்று விளக்கை அணைக்கும்முன் நந்தினையைப் பார்த்தாள். இந்தச் சோர்வான நிலையிலும் நந்தினியின் அழகு குறைந்துவிடவில்லை என்றே தோன்-றியது. சில நொடிகள் அவளது அழகை ரசித்தபின் விளக்கை அணைத்துவிட்டுப் படுக்கையில் சாய்ந்தாள். நந்தினி இப்படியோர் அழகுடன் இருப்பது இப்பொழுது ஏன் தோன்றுகிறது?. ஒருவித புதுவிதமான நெருக்கம் தொடர்வதாக உணர்ந்தாள். அதைத் தவிர்க்க மீண்டும் கைபேசியைக் கையில் எடுத்தாள்.

அவர்கள் இருவருமே சிறிதுநாளில் குணம்பெற்று வேலைக்குச் செல்லத் தொடங்கினார்கள். வேலையின் பளு அதிகமாகவே இருந்தது. எதைப் பற்றியும் முன்புபோல் பேச நேரமில்லாமல் அவர்கள் சுழன்று கொண்டேயிருந்தார்கள்.

படுக்கைகள் எப்பொழுதும் நிரம்பி வழிந்தவண்ணமிருந்தன. அந்தச் சூழ்நி-லைக்கு நந்தினியால் ஈடுகொடுக்க முடியவில்லை. ஏதோ போர் காலத்தில் அது-வும் போரிடும் இடத்தில் இருப்பது போன்ற உணர்வே தோன்றியது. இரவுகளில் தூக்கத்தில்கூட வேலைசெய்து கொண்டிருப்பதாகவே கனவுகள் வந்தன. அதனால் பகலிலும் அந்த அலுப்பு தொடர்ந்தது. யாரையாவது கட்டிப்பிடித்துத் தூங்கினால் நன்றாக இருக்கும் என்று முதல் தடவையாகத் தோன்றியது.

அந்த இரவின் நடுசாமத்தில் நந்தினி எழுந்துச் சென்று ஓவியாவை கட்டிப் பிடித்தபடி படுத்தாள். முதல் தடவையாக நந்தினி இப்படி செய்வது ஆச்சரியமாக இருந்தாலும் ஓவியாவும் அவளை அணைத்துக் கொண்டாள்.

5

"RIP" என்றொரு வார்த்தையை மொபைலில் பார்க்கும் போதெல்லாம் விக்கி மிகவும் மனஉளைச்சலுக்கு ஆளானான். அதுவும் தனியறையில் தன்னைத் தனி-மைப் படுத்திக் கொண்ட சூழ்நிலையில் அப்படிப்பட்ட செய்திகள் அடிக்கடி ஏதா-வது சமூகவலைத்தளங்கள் மூலமாக அவனை வந்தடைந்து பீதியுறச் செய்தன. முன்பெல்லாம் எப்பொழுதாவது வரும் அந்த துயரச் செய்திகள் உண்மையாகவே அவனை துக்கப்படச் செய்தன. அப்படிப்பட்டச் செய்திகளின் வருகை அதிகரிக்க அதிகரிக்க அவனின் மனம் பித்துப் பிடித்தது போலானது.

முதல் கொரோனா அலையின் போது இப்படிப்பட்ட செய்திகள் வலம் வந்தா-லும் அது அப்படியோர் பாதிப்பை ஏற்படுத்தவில்லை. தூரத்தில் எங்கேயோ நடந்த செய்திகளாய் அவை கடந்து போயின. ஆனால், இரண்டாம் அலையின் போது அப்படிப்பட்ட செய்திகள் நெருங்கிய வட்டத்திலிருந்தே வரும்போது தினந்தோறும் அவனது இயல்பான வாழ்வு கேள்விக்குள்ளானது. ஒரேநாளில் இருவர், மூவர் என இறந்து "RIP" என்ற செய்திகள் அவனை நிலைகுலைய செய்தன. இப்-பொழுதெல்லாம் தான் மரணித்த பிறகு, அச்செய்தி இப்படிதான் பரவ போகின்றதா என்ற அச்சம் எழுந்தது. இது குறித்து கம்பெனியின் முதலாளியிடமே வாக்குவா-தத்தில் ஈடுபட வேண்டியதாகிவிட்டது.

முதலாளியும் சமூகவலைத் தளங்களில் எந்த இறப்பு செய்திகளையும் பகிர்ந்து கொள்ளவேண்டாம் என உத்தரவிட்டார். மேலும், வேண்டுமெனில் கம்பெனி மின்-னஞ்சல் மூலம் தங்களின் துக்கத்தைப் பகிர்ந்து கொள்ளுமாறு அறிவுறுத்தப்பட்டது. இதனால் அச்செயல்கள் குறைந்தாலும் கைபேசிகளின் ஸ்டேட்டஸில் அது இன்-னும் வீரியதன்மையை இழக்காமலே இருந்தது. அதனால், "தினமும் புகைப்படங்-களுடன் இறப்புச் செய்திகளைப் பகிர்வது தனிமையில் இருக்கும் என் போன்-றவர்களுக்கு மிகவும் வேதனையாக இருக்கிறது. அதனால் தயவுசெய்து சிறிது காலத்திற்குச் இச்செய்திகளைப் பகிராமல் இருங்கள்" என்று குழுவில் ஒரு பதிவு இட வேண்டியதாகிவிட்டது

அச்செய்தியின் விளைவாக சிலநிமிடங்களிலே பொதுமேலாளரிடமிருந்து அழைப்பு வந்தது.

"விக்கி டியர், இதெல்லாம் யார் சொன்னாலும் நிறுத்தமாட்டாங்க. நீ உடம்பை கவனமாய் பார்த்துக்க, வேணும்னா நீ மொபைலை அணைத்துவிட்டு வீட்லிருந்து புத்தகங்களை வரவச்சு படி".

"அப்படியே பண்றேன் சார்" என்றான் விக்கி. ஆனால் அடுத்த சில நிமிடங்- களிலே அவனது சேஃப்டி துறை துணை மேலாளரிடமிருந்து அழைப்பு வந்தது.

"சார், எப்படி இருக்கீங்க."

"இப்போ பரவாயில்லீங்க, என்னவிஷயம் சொல்லுங்க".

"சார் நீங்க இல்லாததனால இங்க நிறையபேர் விதிமுறைகளைப் பின்பற்றுவே மாட்றாங்க சார்?"

"ஏன் பாதிபேர் தானே ஒரு ஷிப்டு, ஐம்பது பர்சென்ட் தானே அனுமதிக்க- ணும்?"

"ஆமா சார், அப்படி இருந்தாலும் சிலசமயம் எழுபது,எண்பது பர்சென்ட் ஆட்கள் வந்துடுறாங்க"

"நீங்க ஆக்சன் எடுக்கறது தானே"

"புரொடக்ஸன் ஆட்கள் கேக்க மாட்றாங்க சார்,அதெல்லாம் நாங்க பார்த்துக்- கிறோம்னு எச்.ஆர் ஆளுங்களும் சொல்லுறாங்க, எனக்கு என்ன பண்றதுன்னு தெரியல சார்".

விக்கி சட்டென்று பதில் சொல்லாமல் யோசனையில் ஆழ்ந்தான். இப்படியே விட்டால் மேலும் நிலைமை மோசமாகிவிடும். ஏதாவது செய்யவேண்டும். நாமிருந்- தாலாவது எல்லாரும் ஏதாவது கேட்பார்கள். ஜூனியர்களிடம் அவர்கள் எந்தவித நேர்மையையும் பின்பற்றமாட்டார்கள்.

"சார், லைன்ல இருக்கீங்களா?"

"இருக்கேன் குமார், நீங்க ஐடி டிபார்ட்மெண்டுக்கு போயி,லைவ் சிசிடிவி கவரேஜ் லிங்க்கை என் மொபைலுக்கு அனுப்பச் சொல்லுங்க, மற்றதை நான் பார்த்துக்கிறேன்"

அந்த விஷயம் நடந்து முடிக்க இரண்டு நாட்களானது. அதுவும் விக்கி கோப- மாக மெயில் எழுதி முதலாளிக்கு"சி.சி"என அனுப்பிவிட பிரச்சனை பெரியதாகி பின் அவனுக்கு அந்த லிங்க் கிடைத்தது.

அவனது மொபைலிலே கம்பெனியின் இருபத்து நான்கு சிசிடிவி லிங்க்கை அவனால் தெளிவாக பார்க்க முடிந்தது. கடந்த பத்து நாட்களுக்குமுன் இருந்த கம்பெனியின் செயல்பாடுகள் சற்று சறுக்கியது போல்தான் இருந்தது. வேலையாட்- கள் கைகளில் ஹெல்மெட்டை தூக்கிகொண்டு போவதும், பலபொருட்கள் பாதை-

யின் ஓரத்திலே அப்படியே போடப்பட்டிருப்பதும், இன்னும் பல மன்னிக்க முடியாத செயல்களும் அவனை ஆத்திரத்திற்கு உள்ளாக்கின.

நான் இல்லை என்பதுதான் அவர்களுக்கு இப்படியோர் செயலை செய்யும் துணிவை கொடுத்துவிட்டதா? அவனால் நம்பமுடியாமல் எச்.ஆர் மேனேஜருக்கு போன் செய்து நடந்ததைக் கூறி உடனடியாக எல்லாவற்றையும் சரி செய்யும்படி கூறினான். அவரும் அவனுக்கு ஆதரவு தெரிவித்து உடனே சரி செய்துவிடுவதாக உத்தரவாதம் கொடுத்தார்.

ஆனால், அந்த உற்பத்தி மேலாளர் இதையெல்லாவற்றையும் புறந்தள்ளிவிடக் கூடும். அவனுக்கு இந்தக் காலக்கட்டத்திலும் உற்பத்தி குறையாமல் பார்த்துக் கொள்ளவேண்டும். நிச்சயம் சம்பள உயர்வு அவனுக்குப் பெரியதாய் இருக்கும். எத்தனைமுறை அவனது பதவியுயர்வு தடுக்கப்பட்டாலும் சம்பள உயர்வைத் தடுக்க முடியவேயில்லை. அவனுடன் கம்பெனியில் சேர்ந்தவர்கள் எல்லாம் பொது மேலாளராகி விட்டபின்பும் இன்றும் இவன் மேலாளராகவே தான் இருக்கிறான். ஆனால், சம்பளம் எல்லாம் ஒரே அளவுதான்.

இதுதான் நாட்டின் நிலை. இதை மாற்ற வேண்டுமெனில் இந்த மாதிரி பல கொரோனாஅலைகள் வந்தால் மட்டுமே சற்று பாதுகாப்பு மற்றும் சுகாதாரம் போன்ற விஷயங்களை மக்கள் சற்று கவனத்தில் கொள்வார்கள். அதுவும் சில-மாதங்கள் மட்டுமே. மீண்டும் பழைய நிலைமைக்கே வாழ்க்கையும், பணிமுறையும் கொண்டுபோய் விட்டுவிடும். இதற்கெல்லாம் காரணங்களை ஆராய்ந்தால் தலை-வலிதான் உண்டாகும். இந்த கரோன உடல்நிலை பாதிப்பில் அதைப் பற்றியெல்-லாம் அதிகம் யோசிக்காமல் சற்று மனத்தளர்வுடன் இருக்கலாம் என நினைத்தான் விக்கி.

ஆனாலும், கம்பெனியில் நடக்கும் அநியாயங்கள் அவனைச் சற்று கலக்க-முறச் செய்தன. எந்த மாற்றமும் இல்லாமல் எல்லாம் நடந்து கொண்டிருந்தன. இதற்கு முடிவு கட்டவில்லை என்றால் மீண்டும் கம்பெனியில் சேரும்போது நிலைமை மோசமாகி விட்டிருக்கக்கூடும்.

அந்த நேரத்தில் தான் கொரோனாவினால் ஒரு தொழிலாளி இறந்து விட்டதற்-கான செய்தி சமூகவலை தளங்களில் புகைப்படத்துடன் பரவியது. அந்த தொழி-லாளியும் பாதுகாப்பு விஷயத்தில் சற்று அக்கறை செலுத்தும் நபர் தான். எனவே உற்பத்திமேலாளரிடம் இது குறித்து விசாரிக்க விக்கிபோன் செய்தான். முதலில் நன்றாகவே அவரிடம் பேசிக் கொண்டிருந்த விக்கி, கம்பெனியின் பாதுகாப்-புக் குறித்து பேச்சை எடுக்கையில் தொண்டை அடைத்தது. அதுவே அவனுக்கு தவறாக போனது. உடனே உற்பத்தி மேலாளர் "ஏன் சார்? இப்படி, இந்த நேரத்-திலேயும் உடம்பை கெடுத்துக்கிறீங்க. இதையெல்லாம் கண்டுக்காம விடுங்க நாங்க பார்த்துக்கிறோம். நீங்க நல்லப்படியா திரும்பி வந்து எல்லா பாதுகாப்பையும் பார்த்-

துக்கோங்க"

"நான் திரும்பி வர்றத்துக்குள்ள, கம்பெனியில எல்லாருக்கும் கொரோனா வந்-
துடும் போல இருக்கே"

"சார் இங்கே வேலை செய்றவங்க உடம்புவாகுக்கு கொரானா எல்லாம் ஒண்-
ணும் பண்ணாது. எல்லா உடம்பிலும் அது பரவிகிட்டுதான் இருக்கு சார். உடம்பு
வீக்கா இருக்கிரவங்களுக்கு அது விரைந்து பாதிப்பை ஏற்படுத்துகிறது. அதெல்-
லாம் நீங்க கவலைப்படாதீங்க, நாங்க பார்த்திக்கிறோம்" என கைபேசியை துண்-
டித்தார். விக்கிக்கு அவர் சொன்ன நாங்க, நாங்க என்கிற வார்த்தைக்கு அர்த்தம்
சற்று விளக்கமாகவே விளங்கியது.

இது குறித்து பொதுமேலாளருக்கு நாசுக்காக மின்னஞ்சல் அனுப்பிவிட்டு தன்
உடல்நிலையின் முன்னேற்றத்தில் கவனம் செலுத்தினான். முன்புபோல் உடலின்
வெப்பநிலை உயர்வாக இல்லையென்றாலும் சோர்வு அவனை வாட்டி வதைத்தது.

இதற்கு நடுவில் அவனது அத்தையும் கொரோனாவால் இறந்து விட்டதாகச்
செய்தி வந்தடைய அவனால் அந்தத் துக்கத்தை முழுமையாய் உள்வாங்க முடி-
யாமல் தவித்தான். அத்தையின் மறைவும் எல்லோருடையதைப் போல அவனை
பெரியதாக தாக்கவில்லை. வீட்டிலுள்ளவர்கள் அனைவரும் பல விஷயங்களை
அவனிடம் பகிராமலே இருந்தார்கள். அத்தையின் மறைவுச் செய்தி தனக்கு
சாதாரண செய்தியாகிவிட்டது என்பதை அவனால் ஏற்றுக் கொள்ளவே முடிய-
வில்லை. மரணம்,மரணம்,மரணம் எல்லா இடத்திலும் இதைப் பற்றி பேச்சும்,பகிர்-
வும் மனதின் தன்மையே மாறிவிட்டதா? அவனால் அதற்கு மேலும் பெரியதாய்
யோசிக்க முடியவில்லை.

சிறிது நாட்களிலே அவன் உடல்நிலை சரியாகி கம்பெனியில் மீண்டும்
வேலையில் சேர்ந்து எல்லாவற்றையும் சரி செய்தான். மீண்டும் "முதலில் பாது-
காப்பே முக்கியம்" என்ற வாசகத்தை எல்லோர் மனதிலும் இடம் பெறச் செய்தான்.

இந்தப் பணியின் மும்முரத்தில் அவனது பிறந்தநாளைக் கூட அவன் மறந்தே
போனான். காலையில் எழுந்து காப்பி குடித்துவிட்டு சிறிது உடற்பயிற்சி செய்து
பின் உடலில் சோப்பைத் தடவி குளிக்கும் போதுதான் அவனுக்கு அத்தையின்
நினைவு வந்தது.

சிறுவயதில் அத்தை உடலில் சோப்பைத் தடவும்போது அவன் கூச்சத்தில்
நெளிந்து நெளிந்து ஓடுவதும், பின்பு அவர்கள் அவனைப் பிடித்து குளிப்பாட்டி
விடுவதும், ஒவ்வொரு முறையும் அவனது பிறந்தநாளுக்கு முதல் ஆளாக
அழைத்து "மாப்பிள, பிறந்தநாள் வாழ்த்துகள்" என சொல்வதும் அவனுக்கு
நினைவிற்கு வந்தது. இந்தமுறை அத்தையின் குரலில் கண் விழிக்காமல் இருப்ப-
தும், அவர்களின் கனீர் குரல் நினைவுக்கு வந்து அவனது மனதை உருக்குலைய
செய்தது. முதல் முதலாக அத்தையின் இறப்பு மனதில் உறைத்து, அவனுக்கு எங்-

கிருந்தோ புதிய துக்கத்தை கொணர்ந்து தந்தது. முதல்முறையாக ஷவரின் அடி-
யில் அதன் தண்ணிரூடே அவன் உடல் குலுங்க கண்ணீர் சிந்த தொடங்கினான்.

6

சங்கமித்திரை

சங்கமித்திரை கதவைத் திறந்து வெளியேறுவதையே பார்த்துக் கொண்டிருந்தார் பொதுமேலாளர். அவருக்கு வயது ஐம்பத்திரண்டாகிறது. இன்னும் சிலவருடங்-களில் விருப்ப ஓய்வு பெறுவதற்கு யோசித்துக் கொண்டிருக்கிறார் ஓய்வுநேரங்-களில். ஓய்வூதியத் தொகையில் புதியதாக ஏதாவது தொழில் தொடங்கலாம் என்றொரு யோசனையும் உண்டு. இருந்தாலும் வேலையில் ஈடுபாடு இன்னும் குறையவில்லை அவருக்கு. சங்கமித்திரை போன்றொரு புது மேலாளர் கிடைத்-துவிட்ட பின் அவருக்கு எல்லாமே இலகுவாகிவிட்டது. அவள் மிகவும் சாதூர்-யமான புத்திக் கூர்மையுடன் தன் வேலைகளைச் செவ்வனே செய்து முடிகிறாள். அவளின் நேர்த்தியான வேலைகளை அவர் பலமுறை தனியாகவும் பொதுவெளி-யிலும் பாராட்டி இருக்கிறார். அப்படிப்பட்ட அந்தப் பெண்தான் கதவைத் திறந்து சென்ற சிலநிமிடங்களிலே தன் அறைக்கு திரும்புவாள் என்று எதிர்பார்த்துக் கொண்டிருந்தார்.

இதற்கெல்லாம் தான்தான் காரணமோ என்று சிலசமயங்களில் குற்றவுணர்வு எழுவதை அவரால் தவிர்க்கமுடியவில்லை. உலகமே பாதிக்கப்பட்டிருக்கும்போது தன்னால் என்ன செய்துவிட முடியும் என்று தன்னை ஆறுதல் படுத்திக் கொள்கி-றார். தன் மூலம் தான் அந்த அலுவலகத்திற்கு அந்த வைரஸ் பரவியது என்பது சிலநாட்களிலேயே தெரிந்துவிட்டது.

தன்னுடைய உயர் பதவிக்காக எல்லோருக்கும் முன் மாதிரியாக இருக்கலாம் என்று பரிசோதனை செய்து பார்த்தார். அவர் பரிசோதனைக்குத் தன்னை உட்-படுத்திக் கொள்ளும்வரை அவருக்கு எந்தவித அறிகுறிகளும் தெரியாமலேயே இருந்தது. திரும்பும் வழியில் தன் தொண்டையிலும்,பார்வையிலும் சற்று பிரச்-சனைகள் எழுவதை உணர்ந்தார். டிரைவர்,"என்னசார், ஹாஸ்பிட்டல்ல இருந்து தொத்துகிச்சா"என கேலியும் செய்தான்.

வீட்டிற்குச் சென்ற சிறிது நேரத்திலே வழக்கத்திற்கு மாறாக உடல்சோர்வு அவரைப் பாதித்தது. அப்பொழுதே அவர் மனைவியிடம் சற்று இளைப்பாறுகிறேன்

எனப்படுக்கையில் சாய்ந்தார். இரவு உணவிற்கு மனைவி எழுப்பும்போது தன் உடலில் உஷ்ணம் அதிகரித்திருப்பதை உணர்ந்தார். உடனே மனைவியையும்,பிள்ளைகளையும் அறைக்கு வராதீர்கள் எனக் கட்டளையிட்டு தன்னைத்தனிமைப் படுத்திக் கொண்டார். குடும்ப உறுப்பினர்களும் அவரின் நிலைமையை அறிந்து அவரின் நடவடிக்கைக்கு ஒத்துழைப்பு கொடுத்தனர்.

அவர் உடனடியாகச் சங்கமித்திரைக்குப் போன் செய்து அலுவலகத்தில் எல்லாரையும் பரிசோதனை செய்து கொள்ளுமாறு கட்டளை பிறப்பித்தார். அவர் நினைத்தது போலவே அவருக்குப் பாஸிட்டிவ் என்றும் அதைத் தொடர்ந்து அவர் அலுவலகத்தில் இருபது பேருக்கும் பாஸிட்டிவ் என்றும் முடிவு வந்தது. அவர் எந்தவித அறிகுறியும் இல்லாமலே எப்படி இது சாத்தியமானது என்று வியந்தார்.

தான்தான் இதற்குக் காரணகர்த்தாவோ என்றுவேதனைப் பட்டார். அதிர்ஷ்டவசமாக தன் மனைவிக்கும்,குழந்தைகளுக்கும் பரவாமல் இருந்ததை எண்ணி மகிழ்ச்சியும் கொண்டார். அலுவலகத்தில் எப்பொழுதும் முன்னோடியாக இருக்கும் நீங்கள் இந்த விசயத்திலும் முன்னோடியாகவே இருந்து விட்டடீர்களே என்று கேலியாக அலுவலகத்தில் பேசப் போகிறார்கள். அந்தப்பாதிப்பில் எவரும் இறந்துவிடவில்லை. ஆனால் அது குறித்த பயம் அவரை ஆட்டி வைத்தது என்றுதான் சொல்லவேண்டும். அதனால் கண்ணுக்குத் தெரிந்த விளைவுகளைவிட கண்ணுக்குத் தெரியாதவிளைவுகளை இன்னும் கவனத்தில் கொள்ளவில்லை என்றுதான் சொல்லவேண்டும். அதற்கு உதாரணம் தான் சங்கமித்திரையின் நடவடிக்கையில் தெரிகின்ற மாற்றங்கள்.

அவளது வீட்டிலும் தான் அந்த வைரஸ் புகுந்தது. கணவனும்,மனைவியும் ஒரே நேரத்தில் பாதித்துவிட இருவருமே மேல் வீட்டிலிருந்த அறைகளில் தங்களைத் தனிமைப் படுத்திக் கொண்டார்கள். பாவம் பதின்பருவ குழந்தைகள் தான் எல்லாவற்றையும் எந்தவித அச்சமும் இல்லாமல் அவர்களைப் பார்த்துக் கொண்டார்கள். அந்த இரண்டுவார வேதனையில் அவளுக்குத் தன் குழந்தைகளின் மீது பெரும் மதிப்பும்,நம்பிக்கையும் எழுந்தது. இதுவரை தங்களைக் குழந்தைகளாகவே காட்டிக் கொண்டிருந்தவர்கள் முதன்முறையாக தங்களாலும் எல்லாம் செய்யமுடியும் என்று நிரூபித்தார்கள். இரவுபகல் என்று இருவருமே அப்பா, அம்மாவை கவனித்துக் கொள்வதில் பெரும் முனைப்புடன் இருந்தார்கள்.

அந்த வேதனை நாட்களிலிருந்து விடுபட்டு வந்தாலும் குழந்தைகள் இருவரும் சிலநாட்கள் அவர்களை வேலை எதுவும் செய்யவிடவில்லை. சிலநாட்களில் அவர்கள் தங்களின் பழைய,'குழந்தைகள்'என்ற உடைய சௌகரியமாக அணிந்து கொண்டார்கள். சங்கமித்திரையும் தன் உடல்சோர்விலிருந்து மீண்டு விட்டதால் அவர்களைப் பெரிதாகக் கண்டிக்கவில்லை. அவள் அந்த அசதியின் மந்தமான உடல் பாதிப்பிலிருந்து மீண்டுவிட்டாலும் சிலவேளைகளில் தன்னால் முன்பு மாதிரி

நேர்த்தியாக இருக்க முடியவில்லை என்பதைப் பிறகுதான் புரிந்து கொண்டாள். ஒருவேளை வேலைபளு காரணமாக இருக்கலாம் என்று சமாதானப் படுத்திக் கொண்டாள். ஆனாலும் அது அவளுக்கு நிம்மதி அளிக்கவில்லை. ஏதோ ஒன்று தவறாக இருப்பதை மட்டும் அவளால் புரிந்துகொள்ள முடிந்தது. ஆனால் அதை விளங்கிக் கொள்ளதான் முடியவில்லை. கணவரிடம் தன் நடவடிக்கையில் ஏதா- வது மாற்றங்கள் தெரிகிறதா என்று கேட்டதற்கு, அப்படியொன்றும் பெரிதாக இல்லை எனவும், உன் உடற்சோர்வுதான் எல்லாவற்றிற்கும் காரணம் என்றும் கூறினார். குழந்தைகளும் சரியான பதிலை அவளுக்குக் கொடுக்கவில்லை.

ஆனால் பொதுமேலாளர்தான் மிகச்சரியாக அவளுக்கு நோகாதவண்ணம் புரிய வைத்தார். "பெரிசா ஒண்ணுமில்லம்மா, இப்பெல்லாம் நான் டிக்டேட் பண்ணி முடிச்சிட்டு,வேற ஏதாவது விசயத்தைப் பத்திபேசிட்டு,திரும்பவும் டிக்டேட் பண்ண விசயத்தைப் பத்தி கேட்டா உன்னால அவ்வளவு துல்லியமா நினைவுபடுத்தி கொள்ள முடியல,சில விஷயங்களை மறந்துடுற"என்றார். அவளுக்கு அப்பொ- முதுதான் எல்லாமே புரிந்தது. இப்பொழுதெல்லாம் தன் வேலையின் பளு ஏன் அதிகரிக்கிறது என்பதை அறிந்து கொண்டாள்.

"இதெல்லாம் கொஞ்சநாள் தான்மா, அப்புறம் எல்லாமே பழையபடி சரியாகி- டும், நீ இதெல்லாம் பெரிசா நினைச்சி மனசை போட்டு குழப்பிக்காதே,என்ன,"

"சார், அப்ப இதை எப்படிசமாளிக்கிறது"

"ரொம்ப சிம்பிள், கூச்சப்படாம,சின்னநோட்புக் எடுத்துட்டு வந்து நான் சொல்- றதை எல்லாம் குறிச்சுக்கோ,புரியுதில்ல"

"சரிங்க சார், நீங்க சொல்றபடியே செய்றேன்"என அப்பழக்கத்திற்குத் தன்- னைத் தயார்படுத்திக் கொண்டாள். பொதுமேலாளர் ஒரேநேரத்தில் அதிகமான வேலையை அவளிடம் தராமல் கொஞ்சகொஞ்சமாகப் பிரித்துத் தந்தார். சிறிது நாட்களில் முன்னேற்றமும் பெற்றாள். அவள் தான் இப்பொழுதுதன் இருப்பிடத்- திற்குபோகும் வழியில் பொதுமேலாளர் என்ன வேலைகளைக் கொடுத்தார் என நினைவுப்படுத்திப் பார்க்க அவளுக்குக் குழப்பமானது. இரண்டுநாட்களுக்கு முன் சொன்ன விஷயங்கள் நினைவிற்குவர பதறியடித்துக் கொண்டு திரும்பவும் அவரை நோக்கி விரைந்தாள். சங்கமித்திரையின் வருகையை எதிர்பார்த்திருந்த அவரும் அவள் கதவைத் திறந்துகொண்டு உள் நுழைகையில் புன்முறுவலுடன் வரவேற்- றார்.

"சாரி சார்"என்றாள்.

"பரவாயில்லமா, நீ நோட்புக் எடுத்துட்டு வராம இருக்கும் போதே நினைச்- சேன், நீ திரும்பவும் வருவேன்னு. சரி இப்பசொல்லு, நான் என்னென்ன வேலை- களை உனக்குக் கொடுத்தேன்?.

"சார், அந்த….. புராஜக்ட்ல சப்ளையர் ப்ராப்ளம் பத்தி சொன்னீங்க"

"அப்புறம்"

"மழைக்காலம் வரப் போகுது அதனால பாம்புக்கடி விழிப்புணர்வு பயிற்சிக்கு ஏற்பாடு செய்ய சொன்னீங்க" என அவள் முடிந்தவரை முறைப்படுத்தி சொல்ல ஆரம்பித்தாள். அவரும் பொறுமையாக அவள் சொல்வதைக்கேட்டுக் கொண்டி-ருந்தார். பின் நிதானமாக "தொண்ணூறு சதவீதம் சரியாதாம்மா சொல்ற, இன்-னும் பத்துசதவீதம் தான், அதுவும் கொஞ்சநாள்ல சரியாயிடும். நீ போயிட்டு வாம்மா"என அனுப்பி வைத்தார். அவள் தன் இருக்கையில் அமர்ந்தவுடன், அப்-படியொரு குதூகலத்தில் கணவருக்கு போன் செய்தாள்.

ஆனால் எதிர் முனையில் ரிங் மட்டுமே ஒலித்தபடி இருந்தது. அவர் பாங்கில் கேசியர் என்பதால் தன் முன்னே மேஜையில் இருக்கும் மொபலை ஆன் செய்து விட்டு தன் வேலையை முடித்து விட்டு பின் பேசுவார். இந்த முறை வழக்கத்திற்கு மாறாக இருக்க அவள் சற்று யோசனையில் ஆழ்ந்தாள். மீண்டும் சிறிது நேரத்-திற்கு பின் கால் செய்ய இந்த முறையும் பதில் இல்லை. அவளுக்கு என்னவோ தவறாக நடக்கிறது என்பதை உணர்ந்தாள். அவருக்கு உடனே கால் செய்யவும் என குறுஞ்செய்தி அனுப்பிவிட்டு காத்திருக்க தொடங்கினாள். தன் மேஜையில் இருந்த புத்தர் சிலையை பார்த்து "Reduce consequency" என்று முணுமு-ணுத்தாள். சிறிது நேரதிற்கு பிறகு அவரிடம் இருந்து அழைப்பு வந்தது.

" சின்ன பிரச்சனைமா, வீட்டுக்கு வா சொல்றேன்"

" பரவாயில்லை, இப்பவே சொல்லுங்க"

"ஐம்பது லட்சம் அனுப்புறத்துக்கு பதிலா ஐந்து கோடி அனுப்பிட்டேன், வாழ்க்-கையிலே முத தடவையா இந்த தப்பு பண்ணியிருக்கேன்"

" பிரச்சனை முடிஞ்சுதா? இல்லையா?"

"அத சரி பண்ணிட்டோம், ஆனா கில்டியா பீல் பண்றேன்" என்றார்.

7

அபிமன்யு

மாரிஅண்ணனை கவனித்துக் கொண்டிருந்தான் அபி என்கிற அபிமன்யு. அவரிடம்தான் எப்படிப்பட்ட மாற்றங்கள் நிகழ்ந்து கொண்டிருக்கிறது. கொரோனாவார்டில் உள்ள எல்லா நோயாளிகளையும் மிகுந்த அக்கறையுடன் பார்த்துக் கொள்கிறார். இதெல்லாம் இந்த சிலநாட்களில் வந்தமாற்றம். இந்தமாற்றம் வெளியில் சென்றபிறகும் தொடர்ந்தால் நன்றாக இருக்கும். அந்தவார்டில் மொத்தம் பதினாறுபேர் இருந்தார்கள். எல்லாவித சாதி,மதங்களைச் சார்ந்தவர்களும் ஒன்றாகவே அந்த அறையில் இருந்தது அபிக்கு மனதில் மகிழ்ச்சியைக் கொடுத்தது. அவன் தற்பொழுது நேர்ந்துள்ள சமூகமாற்றங்களையும்,மனிதர்கள் தங்கள் சுயரூபத்தை மாற்றிக் கொண்டிருப்பதையும் நினைத்துப் பார்த்தான்.

சிலவருடங்களாய் தங்கள் சாதியைச் சேர்ந்தவர்கள் குழு அமைத்து தாங்கள்தான் ஊரில் பெரிய தாதாக்கள் என்பது போன்ற மாயயை உருவாக்குகிறார்கள். இரவுகளில் ஊரின் பல இடங்களில் அமர்ந்து பேசிக் கொண்டிருப்பார்கள். சிலநேரங்களில் மது அருந்துவதும் உண்டு. ஊர் பெரியவர்களுக்கு இதெல்லாம் தெரிந்தாலும் பெரியதாக எந்த எதிர்ப்பும் தெரிவிப்பதில்லை.

ஆனால், இவையெல்லாம் ஒருகட்டத்தில் பெரும் கலவரத்தில் போய் முடியும் என்று அபி நன்றாகவே உணர்ந்திருந்தான். பக்கத்து நகரத்தில் உள்ள தன் மளிகைக் கடையில் இப்பொழுதெல்லாம் "நீங்க யாரு" என வாடிக்கையாளர்கள் மறைமுகமாய் கேட்பது தொடர்ந்த வண்ணமிருக்கிறது.

முதலில் அந்தகேள்வியின் அர்த்தத்தை அபி புரிந்து கொள்ளவேயில்லை. கடையில் வேலைசெய்யும் பையன்களில் ஒருவன்தான் அவனுக்குப் புரியவைத்தான். இப்படியெல்லாம் ஏன் கேட்கிறார்கள் என விசாரிக்க,நீங்க கொஞ்சம் வளர்ந்து வர்றீங்க இல்ல அதான் அவங்களுக்கு பொறுக்கல என பையன்கள் சொன்னார்கள். அன்றுமுதல் அவன் யாரிடம் பேசுவது என்றாலும் மிகுந்த கவனத்துடன் பேசக் கற்றுக் கொண்டான். சாதிகளை குறித்தும்,அரசியல் கட்சிகள் குறித்தும் யாராவது பேச்சை ஆரம்பித்தால்,அங்கிருந்து நழுவிச் சென்றுவிடுவான்.

தன் ஊரிலும் இப்பொழுது இந்த மாதிரிவிஷயங்கள் நடந்து கொண்டிருக்கிறது என்பதை நினைக்கையில் ஏதாவது செய்யவேண்டும் எனத் தோன்றும்.

இத்தகைய சாதியப் பார்வைகள், இன்னும் கிராமப்புற விளையாட்டுகளில் நுழைந்து விடவில்லை என்பது சற்று ஆறுதலளிக்கக்கூடியது.

"அபி, வா விளையாட போகலாம்'என மாரிஅண்ணன் அழைக்க,குரலில் நிமிர்ந்து அவரை பார்த்துவிட்டு "பாத்ரும் போயிட்டு வறேன்" எனக் கூறிச் சென்-றான்.

கழிவறை மிகச்சுத்தமாக இருந்தது. மருத்துவமனையில் எப்பொழுதும் வீசும் மருந்துவாடையைத் தாண்டி இப்பொழுதெல்லாம் நறுமணம் வீச தொடங்கியிருக்-கிறது. காலையிலும்,மாலையிலும் அறையை சுத்தம் செய்பவர்கள் கவச உடையு-டன் வந்து சுத்தம் செய்துவிட்டுச் செல்கிறார்கள். சுகாதாரம் என்ற வார்த்தையின் முழு பயன்பாடும் இப்பொழுதுதான் எல்லா இடங்களிலும் பரவ தொடங்கி இருக்-கிறது.இந்த மாதிரியே தொடர்ந்தால் சுகாதாரமான ஒரு வாழ்வியலை நாம் பெற்-றுவிடலாம். ஆனால் மனிதர்கள் எல்லோரும் அப்படியே மாறிவிட கூடியவர்கள் இல்லையே? அவர்கள் பயன்களைக் கருத்தில் கொண்டு மற்றவர்களின் வாழ்விய-லைக் கட்டமைக்கப் பார்ப்பார்கள். எத்தனை விதமான பேரழிவுகளில் இச்சமூகம் தற்காலிகமாக சிதைந்து பின் மீண்டும் வளர்ச்சி பெற்றுவிடுகின்றது. அது தீங்கி-ழைப்பதாக இருந்தாலும் அதை தவிர்க்கமுடியாத நிலையில் வேடிக்கை பார்க்க வேண்டியதாக இருக்கிறது. இவையெல்லாம் ஒருநாள் நிச்சயம் முடிவுக்கு வந்து-சேரும் என்று சில ஆண்டுகளுக்கு முன்பு நினைத்திருந்தான். ஆனால் இவை கனவாகப் போனதாக இப்போதைய நிலைமையின்தீவிரம் அவனது கன்னத்தை அறைகின்றது.

தொலைபேசியில் மனைவியிடமிருந்து அழைப்புவர எடுத்து வீடியோகாலில் பேசினான்.

"எங்க கிளம்பீட்டீங்க"

"வாலிபால் விளையாடத்தான்"

"உடம்பு இருக்கிற இந்தநிலையில விளையாட வேண்டுமா"

"எவ்வளவுநேரம் தான் படுத்துட்டே இருக்கிறது, விளையாடினா கொஞ்சம் தெம்பா இருக்கும்"

"சரி பாப்பா உங்ககூட பேசணும்னு சொல்ற" என அவள் தங்கள் குழந்தை-யிடம் போனை கொடுத்தாள்.

"செல்லம், எப்படி இருக்கீங்க"

"நல்லாயிருக்கேன்பா, எப்ப நீங்க வருவீங்க வீட்டுக்கு"

"அடுத்தவாரம் எப்படியும் வந்துடுறேன், நீ அம்மாகூட பத்திரமா இருக்கணும்".

"சரி"

"வெளியில எங்கேயும் போகாதே, அப்புறம் உனக்கு கொரோனா வந்துடும். அப்புறம் என்னை மாதிரி தனியா இருக்கனும், புரியுதா?"

"சரிப்பா"

"நல்லா சாப்பிடு, அப்பதான் கொரானா வராது"

"சரிப்பா"

"சரி அம்மாகிட்ட கொடு" என மனைவியிடம் பேசிவிட்டு மருத்துவமனையின் பின்புறம் உள்ள வாலிபால் மைதானத்திற்கு நடந்து சென்றான். தன் மனைவியை நினைக்கையில் அவனுக்கு வருத்தமாகதான் இருந்தது.

தன் அம்மா,பாட்டி,மாமியார் மற்றும் மகள் எல்லாருக்கும் அந்த கிருமி பரவி இருக்கும்தான். ஆனாலும் அவர்கள் இதனால் பெரியபாதிப்பை பெற்றிருக்க-வில்லை. அம்மாவும்,பாட்டியும் இரு நாட்கள் இருமலிலும், உடல் சோர்விலும் இருந்தபோது அவர்களுக்கு சோதனை செய்ய பலமுறை அவன் நிர்பந்தித்த போதும் அவர்கள் அதை மறுத்துவிட்டார்கள். அவனது மனைவியும் அவர்களின் தயவால் பரிசோதனை செய்து கொள்ள வரவில்லை. அவனுக்கு இதனால் சற்-றுச் சந்தேகம் வந்து பரிசோதனை செய்ய நோய் அறிகுறியிருப்பது தெரியவந்தது. இனிமேல் இவர்களைக் கடிந்து கொள்வதில் பயனில்லை என மருத்துவமனைக்-குப் புறப்பட்டு வந்துவிட்டான். இரண்டுநாட்களில் அவனது தந்தையும் வந்துவிட பெண்கள் யாரும் மருத்துவமனைக்கு வரவில்லை.

அது சற்று வளர்ந்துவரும் கிராமம் என்பதால் பலகட்டுக்கதைகள் உலாவின. வெளியிலிருந்து யாரும் ஊருக்குள் வர அனுமதியில்லை. ஊரிலிருந்து சிலபேர் வெளியில் சென்று வந்தாலும், அவர்களை சிலநாட்கள் தனியே இருக்க வைத்து விடுகிறார்கள்.

வீட்டிலுள்ள எல்லாருக்கும் அந்த நோய்த்தொற்று பரவி இருக்கும். ஆனால்,பெண்கள் அதிலிருந்து சீக்கிரமே மீண்டுவிட்டார்கள் என்றே அவன் நம்-பினான். கிராமப்புற உடல்வலிமை பெற்ற பெண்களுக்கு இந்த நோய் பெரும் தொந்தரவு தரவில்லை என்பது சற்று நிம்மதியான விஷயம்தான். ஆண்களைப் பொறுத்தவரை உடல் வலிமையானவர்கள் என்ற மாயதோற்றம்தான் உருவாக்கப்-பட்டிருக்கிறது என்று சந்தேகப்பட்டான்.

அவன் அந்த மாலைவேளையில் இரண்டு மணிநேரம் விளையாடிவிட்டு வார்-டுக்கு திரும்பி, குளித்துவிட்டு அவனுக்கான உணவையும் சாப்பிட்டு முடித்தான். ஒன்பது மணிக்கெல்லாம் வார்டுவிளக்குகள் அணைக்கப் பட்டுவிடும். யார் கைபே-சியில் பேசினாலும் தெளிவாக அறைமுழுவதும் ஒலிக்கும் என்பதால் பெரும்பாலும் யாரும் வரும் அழைப்புகள் எடுப்பதில்லை. பெரியவர்கள் இதற்கு விதிவிலக்காக இருந்தாலும் செவிலியர்கள் தூரத்திலிருந்து அவர்களுக்கு குரல் கொடுத்து அவர்-களைப் படுக்கச் செய்துவிடுவார்கள்.

அவனும் அவனது வீட்டாரிடம் மெதுவாகப் பேசிவிட்டு அமைதியாகப் படுத்து-விடுவான். விளையாடிய களைப்பில் நன்றாக தூக்கம் வந்துவிடும். ஆனால், இரவு இரண்டு மணிவாக்கில் தூக்கம் கலைந்துவிடும். இவனைப்போலவே இரண்டு பெரி-யவர்களும் தூக்கம் களைந்து இருப்பவர்கள். விழித்திருக்கும் அவனைப் பார்த்து தூக்கம் வரவில்லையா என சைகையில் கேட்டு, மூவரும் அந்த வார்டைவிட்-டுப் பின்புறமுள்ள வாலிபால் மைதானத்திலுள்ள இருக்கைக்குச் சென்றுஅமர்ந்-துக் கொள்வார்கள். கோடைகாலம் என்பதால் காற்றும் இரவின் இருளும் அவர்-களுக்கு மிகுந்த அந்நியோன்யத்தை ஏற்படுத்தும். அப்படியே அவர்கள் விடியல் ஐந்துமணிவரை பேசிக் கொண்டேயிருப்பார்கள். ஐந்துமணி ஆனதும் அவர்கள் மூவரும் அந்தமைதானத்தைச் சுற்றி நடைப்பயிற்சி மேற்கொள்வார்கள். ஆறு மணிவாக்கில் காபியும், டீயும் வார்டுக்குவர அதை குடித்தபின் அந்தநாள் ஆரம்-பமாகிவிடும்.

பின் பெரியவர்கள் காலைஉணவை முடித்துவிட்டு சிறுதூக்கம் கொள்வார்கள். பிறர் கேரம் விளையாடுவதிலும், கைபேசியில் செய்திகளையும், படங்களையும் கட்டலில் படுத்தபடி பார்த்துக் கொண்டிருப்பார்கள். மதியம் ஆவதற்குள் யாராவது ஒருவரின் இறப்பு செய்தி கிடைத்துவிடும். அதைப்பற்றி பேசியபடியே மதிய உணவை முடிப்பார்கள். பின் சிறிது தூக்கம். அப்படியே அந்த வைரஸ் தங்களின் உடல் பாகங்களில் ஏற்படுத்தும் பாதிப்புக்களைப் பேசி சலிப்பார்கள். பெரியவர்கள் பலவிஷயங்களைச் சொல்லமுடியாமல் தங்களின் அவஸ்தையை மென்று முழுங்-கியபடியே இருந்து விடுவார்கள்.

இதுவரை ஒரு உயிரிழப்புகூட அந்தவார்டில் நடந்துவிடவில்லை என்பதே அங்கிருந்த எல்லாருக்கும் புதுதெம்பைக் கொடுத்த வண்ணமிருந்தது. மருந்து-மாத்திரைகள் தவறாமல் சரியானநேரத்தில் கிடைத்தன. புது அரசின் துரிதநடவ-டிக்கை எல்லாருக்கும் பிடித்திருந்தது. சிலர் கட்சி பேதமில்லாமல் பாராட்டியதுதான் அபிக்கு ஆச்சரியத்தை அளித்தது. இதுவரை எப்பொழுதும் காழ்ப்புணர்வுடன்தான் அரசியல் கட்சிகள் செயல்பட்டு கொண்டிருக்கின்றன என நினைத்துக் கொண்டி-ருந்தவனுக்கு இது புதுவகை அனுபவமாக இருந்தது.

மூன்றாவது பரிசோதனையில் நோய் நீங்கியதை அறிந்த அபி வீடு திரும்பி-னான். அவனது தந்தை சிலநாட்களுக்குப் பிறகு வீடு திரும்பி,பழைய வாழ்க்கை முறைக்குப் புக நினைத்தாலும் சூழ்நிலை சரியாக அமையவில்லை. அரசின் கட்-டுபாடுகள் தொடர்ந்த வண்ணமிருந்தன.

அபி தன் மகளுடன் நாள்களைக் கழிக்க தொடங்கினான். எப்பொழுதுமில்லாத புதியநெருக்கம் இருவருக்குமிடையே வளர்வதை அவனது மனைவி கவனித்துக் கவலை கொள்ளதொடங்கினாள். அரசின் கட்டுப்பாடுகள் தளர்ந்தும் அபிதன் கடையைத் திறக்கும் எண்ணம் மறந்தவனாய் தன் மகளுடன் சுற்றிக் கொண்டிருந்-

தான். இதெல்லாம் சிறுபிரிவால் ஏற்பட்ட பாதிப்பு என அவனது மனைவி நினைத்-
துக் கொண்டாலும், பல நாட்கள்வரை அவன் கடையைத் திறக்காமல் இருப்பதை
உணர்ந்து வலுக்கட்டாயமாக அவனை கடையைத் திறக்குமாறு செய்தாள்.

அவன் தாமதமாகச் செல்வதிலும், மாலையிலே வீடு திரும்பி குழந்தையுடன்
நேரத்தை செலவழிப்பதிலும் ஆர்வமாய் இருந்தான். இதெல்லாம் அலசி
ஆராய்ந்த அபியின் மனைவி அன்றிரவு அவனுக்கு ஒன்றைத் தெளிவாய் புரிய-
வைத்தாள்.

"இங்க பாருங்க, ஏதோ கொஞ்சநாள் பிள்ளையைப் பிரிந்த வேதனையில
அளவுக்கு மீறி பாசமா இருக்கீங்கன்னு பார்த்தா, அது அளவுக்கு அதிகமா
போகுது. குழந்தைக்குத் தகப்பனாகவே இருங்க, அவளை கண்டிக்கும்போது கண்-
டிக்காம, இப்படிப் பாசமா இருந்தீங்கன்னா, நாளைக்கு நமக்குதான் வேதனை"
என்றாள்.

"எனக்கு எல்லாம் புரியுதடி, ஆனா ஏதோ ஒண்ணு எனக்குத் தெரியாமலே
என்கிட்ட நடந்துட்டு இருக்குண்ணு உணர்றேன்"

"என்னங்க சொல்றீங்க"

"அந்த இருபதுநாள் இடைவெளி மட்டுமே இதுக்குக் காரணம் இல்ல, வேறு
ஏதோ இருக்கு, அதான் என் நடவடிக்கையிலும் மாற்றம்"என்றான் குழப்பமாக.

8

❦

திவ்யா

"என்னடி, எல்லாம் எடுத்துக்கிட்டியா?"

"ஆச்சும்மா"

"மாஸ்க், சானிடைசர் லிக்யூட் எல்லாம் எக்ஸ்டிரா வச்சுக்கோ"

"சரிமா"

"உன்னை அனுப்புறத்துக்கு மனசே இல்லடி"

"எனக்கும்தாம்மா, உடம்பு கொஞ்ச கஷ்டமாயிருக்கு, பசங்க காலேஜ்வர ஆரம்பிஞ்சிட்டாங்க, இப்பவே இருபதுநாள் லீவ் எடுத்தாச்சு. இன்னும் போனா பிரச்சனைதான்"

"அங்க எந்தப் பிரச்சனையும் இல்லியே"

"இல்லமா, எல்லா கிளாஸ் ரூமும் சானிடைசர் தெளிச்சி சுத்தம் பண்ணீட்-டாங்களாம், லைவ் பாசிட்டிவ் கேஸ் எதுவுமில்லைன்னு சொல்றாங்க".

வீட்டிற்கு முன்பு வாடகைவாகனம் வந்து ஒலியெழுப்பும் சத்தம் கேட்க திவ்யா எழுந்து சென்று சரிபார்த்தாள்.

"அம்மா, டாக்ஸி வந்துருச்சு, அண்ணாகிட்டயும் அப்பாகிட்டயும் சொல்லி-ருங்க, பசங்க அவர்கிட்டயே இருக்கட்டும். அதான் நல்லது" என தன் தாயிடம் விடைபெற்றுவெளியில் வந்தாள்.

ஒன்றுக்கு இரண்டுபைகளை அவள் சுமந்துவந்தாள். எந்தமுறையும் இந்த-எவுக்கு தோள்பையில் கனத்தை உணர்ந்ததில்லை. இந்தமுறை தள்ளுப்பையை இழுப்பதற்குக்கூட சக்தியற்றவளாக அவள் தன்னை உணர்ந்தாள்.

எல்லாம் அந்தத் தொற்றால் வந்த வினைதான். உடலை மட்டுமில்லை, கண்-ணுக்குத் தெரியாதபல இன்னல்களையும் அது தோற்றுவித்துவிட்டது. அதை எது-வும் செய்யமுடியாமல் இருக்கிறோம் என்பதே வேதனையாக இருக்கிறது. மலேசியா விமானம் தொலைந்து போனபோது எப்படி விஞ்ஞான உலகம் குற்றவுணர்வில் தவித்ததோ அதே போல்தான் இன்றைய நாட்களும் சென்று கொண்டிருக்கிறது.

பயணத்தில் கணவரிடமும் குழந்தைகளிடமும் காணொலியில் பேசிமுடித்தாள். இவள் தன்னை தனிமைப்படுத்திக் கொள்ள பெற்றோர் வீட்டிற்கு வந்துவிட, கணவரிடம் குழந்தைகள் பாதுகாப்பாய் கிராமத்தில் இருந்தார்கள்.

அவள் வேலையில் சென்றுமீண்டும் சேர்வதற்கு இரு மாநிலங்களைக் கடக்-கவேண்டும். அதற்கான நடைமுறைகளை செய்துமுடித்து சரியாக காலை ஆறு மணிக்கெல்லாம் அவள் குடியிருப்பு இல்லத்திற்கு வந்துவிட்டாள். சிறிதுநேர ஓய்-விற்குப் பின் மெல்ல எட்டுமணிவாக்கில் எழுந்தால் சற்றுப் புத்துணர்வாய் இருக்-கும். நூறுமீட்டர் தொலைவுதான் அவளது துறையை அடைவதற்கு. எனவே சரியாக எட்டுஜம்பதுக்கு வீட்டைவிட்டு வெளியில் கால் பதிப்பாள். ஆனால் இப்-பொழுது கல்லூரி நேரம் மாறிவிட்டது.

காலை ஒன்பது முப்பது முதல் மாலை நான்குமணிவரை. இதுவும் சற்று சௌகரியமான விஷயமாய் போனது. அதிக ஓய்வு எடுத்து உடலைச் சற்றுபலம் பெறச் செய்து கொள்ளமுடியும். எனவே மீண்டும் புரண்டுபடுத்து யோசிக்க ஆரம்-பித்தாள். இந்த உலகம்தான் எப்படி ரம்மியமானதாக இருந்தது. சில நாட்களிலே எல்லாம் தலைகீழாகப் போய்விட்டதே. கற்பனை கதைகளில் கூட இப்படியோர் வீரியதன்மையான வேதனை சம்பவங்கள் நிகழ்ந்ததாகப் படித்ததில்லை. யாரைக் குற்றம் சொல்லிவிடமுடியும். சொல்லிதான் எல்லாவற்றையும் நிவர்த்தி செய்துவி-டமுடியுமா? எந்தவித தடயங்களும் இல்லாமல் யாரை நொந்துகொள்ளமுடியும். இதனுடன் சேர்ந்தே வாழப்பழகிடுமோ? அதுவும் இது பல பரிமாணங்களை வேறு எடுத்து தொலைக்கிறதே? இந்த மனிதஉடல் அதற்கு ஏற்றார்போல் தன்னைத் தகவமைத்துகொள்ளுமோ? நம்பிக்கையாகதான் இருக்கிறது.

எத்தனை பிரளயங்களுக்குப் பிறகு இந்தமனிதஉயிரினம் இப்படியோர் தகவ-மைப்புடன் உருமாறி இருக்கிறது. எத்தனையோ விதத்தடைகளை எல்லாம் கடந்-துவந்த இந்தஉயிரினம் இந்த கண்களுக்குத் தெரியாத கிருமியால் அழிந்துவிடக் கூடுமோ? இருக்காது. அப்படியெல்லாம் நடந்துவிடாது. எங்கிருந்தோ வரும் விண்-கற்கள் பூமிமீது மோதுவதை தவிர்க்கும் உயர் தொழில்நுட்பத்தை பெற்றுவிட்ட நாம், இதனால் எல்லாம் மறைந்துவிட முடியுமா? யாரோ பளார் என்று கன்னத்தில் அடித்த அதிர்ச்சியில் இருக்கிறோம்.

இன்னும் சிலமாதங்கள் தான். நாம் திருப்பி அடித்தால் இந்த நுண்ணுயிரியை புவியில் இல்லாமல் ஆக்கிவிடலாம். இந்தமனித இனத்திற்குத் தொந்தரவு செய்த எத்தனையோ விதமான நுண்ணுயிரிகளை அழித்திருக்கிறோம். இதையும் இன்னும் சிலநாட்களில் செய்துவிடுவோம். ஆனால் அதற்காக எத்தனை உயிர்களைத்தான் பலி கொடுக்கமுடியும். பரிணாமவளர்ச்சியில் தவழ்ந்ததிலிருந்து எழுந்து நடக்கை-யில் நடந்த எத்தனையோ உயிரியிழப்புகளை நாம் தாங்கியிருக்கிறோம். இது-வும் அதுபோல் தானோ? ஆனால் இது இயற்கையால் விளைந்த ஒன்றல்லவா?

இது சற்றுச் சந்தேகத்திற்கிடமானதாக இன்னும் இருக்கிறது. இன்னும் பலஅரசியல் தலைவர்களை பலி கொடுக்கவில்லை. ஒருவேளை அப்படிநிகழும் பட்சத்தில்தான் இந்த விஞ்ஞான உலகம் சிறப்பானதொரு வழியைக் கண்டுபிடிக்குமோ என்னமோ? அவள் பலவாறு சிந்தித்தவாறு இருந்தாள். படுக்கையிலிருந்த கைபேசியை எடுத்து நேரம் பார்க்க அது எட்டுநாற்பதைக் காட்டியது. காலை உணவை துறைச் சிற்-றுண்டியகத்தில் வாங்கிவர சொல்லி சாப்பிட்டுக் கொள்ளலாம் என நினைத்து எழ முயற்சித்தாள். அவளால் முன்புபோல் சட்டென எழுந்து கொள்ளமுடியவில்லை. எப்படியோ சமாளித்து எழுந்து குளித்து தயராகி துறையை நோக்கி நடக்கையில் எல்லாமே புதியதாய் தோன்றுவதாய் மிரட்சிக் கொண்டாள். இந்த மாதிரி உணர்-வுவீட்டிற்குச் சென்றுதிரும்பும் தினத்தில் எழும் வழக்கமான விஷயங்கள்தான் என தன்னை சமாதனப்படுத்திக் கொண்டு நடந்துசென்றாள்.

நாள் முழுவதும் அந்த அந்நியோன்யத்தன்மை இல்லாமலே இருந்தது. போன பருவத்தில் படித்த அதே பிள்ளைகள் தான் இவர்கள். ஆனால் ஏதோ குறுக்-கேபள்ளம் விழுந்தது போன்ற உணர்வே எஞ்சியது. அது என்னவாக இருக்கும் என்றெல்லாம் அவளால் யோசிக்க முடியவில்லை. முன்பு மாதிரி வேகமாக பாடங்களை எடுக்க திணறுவதை அவள் உணர்ந்தாள். அதையெல்லாம் தனது அனுபவத்தால் திறம்பட சமாளித்தாள். இருந்தாலும் சிறுகுற்றவுணர்வு எழத்தான் செய்தது. இன்னும் இரண்டு அல்லது மூன்றுநாட்களில் எல்லாம் சரியாகிவிடும் என்று நினைத்தாள். அவள் மேற்கொண்டு தன்னைத்தானே நொந்துகொள்வதற்-குள் அன்றைய கல்லூரி முடிவிற்கு வந்தது. அவள் மதியம் விடுதியில் சாப்பிட்டது இன்னும் செரிக்கமால் தாக்கத்தைக் கொடுக்க அப்படியே குடியிருப்புக்குச் சென்று தூங்கிவிட்டாள். இரவு எட்டுமணிவாக்கில் தூக்கம் கலைந்து எழுந்தாள். உணவ-கத்திற்குச் சென்று சாப்பிடலாம் என்று தோன்றியது. ஆனால் அண்டை அயலர் பார்த்தால் கேலிக்கு உள்ளாக நேரிடும். "பொம்பள இதக்கூட செஞ்சு சாப்பிட முடியாதா" என சொல்லி விடுவார்கள். எனவே உப்புமா செய்து சாப்பிட்டுவிட்டுக் கணவரிடமும், குழந்தைகளிடமும் காணொலி வாயிலாகப் பேசிவிட்டு மாத்திரை-யும் போட்டுக் கொள்ள தூக்கம் விரைவாக வந்தது.

காலையில் எழுந்தபோது உடல் சற்றுப்புத்துணர்ச்சியுடன் இருந்தாலும் மனதில் ஏனோ இன்றுதான் விடுமுறையிலிருந்து திரும்பி வந்ததான எண்ணமே மேலோங்கி இருந்தது. அந்த எண்ணம் நாள் முழுவதும் அவளைத் தொடர்ந்தபடியே இருக்க,ஏனோ அவளால் அதைப் புரிந்து கொள்ள முடியவில்லை.

இன்னும் ஒரிருநாளில் சரியாகிவிடும் என அதைத் தவிர்த்தாள். ஆனால் ஒருவாரமாகியும் காலையில் எழுந்தவுடனேயே தோன்றும் அந்த எண்ணம் நீங்கி-யபாடில்லை. மனம் இந்தச் சூழ்நிலையுடன் ஒத்துபோகவில்லையோ? அவளுக்குப் புரியாதபுதிராக இருந்தது. அந்த எண்ணம் சிலவாரங்கள் வரைநீடிக்க அவளுக்குத்

தன்னுள் ஏதோ ஒன்று தவறாய் நடந்து கொண்டிருக்கிறது என்பதைப் புரிந்து-கொண்டாள். அதை மாத்திரைகளால் எல்லாம் சரிசெய்துவிட முடியாது என்பதும் விளங்கியது. இதனால்தானோ என்னமோ அவளுக்கு மனஅழுத்தத்திற்கான அறி-குறிகள் தென்பட தொடங்கின. எங்கேதான் தவறான முடிவுகளை எடுக்க நேரிட்-டுவிடுமோ என்று தனிமையில் இருப்பதை அறவே தவிர்த்தாள். எப்பொழுதும் யாராரவது உடன் இருப்பதை நிச்சியமாக்கிக் கொண்டாள். அல்லது கைபேசியில் அதிகநேரம் செலவிட தொடங்கினாள். கணவர் கூட கேலியாக ''என்னடி, இப்-பெல்லாம் அடிக்கடி போன் பண்ற, ஏன் பயமா இருக்கா? பேசாம லீவ் போட்டுட்டு வா, ஆன்லைன் கிளாஸ் எடுத்துக்கலாம்''என்று அறிவுரை கூறினார். அவளும் விடுமுறைக்கு விண்ணப்பிக்க, நிர்வாகமும் எந்தவிதத் தடையும் கூறாமல் அவளை வீட்டிற்குச் செல்ல அனுமதித்தது.

கணவர் மற்றும் குழந்தைகளுடன் அவளது அன்றாட வாழ்வு இயல்பான நிலைக்குத் திரும்பியது. ஆன்லைன் கிளாஸ் எடுப்பது சற்றுத் தடுமாற்றமாக இருந்தாலும், மாணவர்கள் நன்றாக ஒத்துழைப்பு தந்தார்கள்.

போதும், இனிமேலும் இப்படியே இருந்தால் தவறாய் போய்விடும் என அங்கி-ருந்து விடைபெற்று மீண்டும் கல்லூரி அடைந்தாள்.

கல்லூரி வந்து சேர்ந்த ஒரிரு நாளிலே அவள் போனமுறை போல் அவஸ்-தையில் தத்தளிக்காமல் சரியாக ஆறாவதுநாளில் தன் இயல்பை அடைந்தாள்..

அந்த காலை பொழுதில் அவள் புதியதாய் பிறந்தவளாய் தன்னை உணர்ந்-தபடி தலைவாறி கொண்டிருந்த போது வீட்டின் அழைப்பு மணியை கேட்டாள். கதவை திறந்து பார்க்க எவரும் தெரியவில்லை. வெளியே எட்டி பார்க்க ரஷீத் சென்று கொண்டிருப்பது தெரிய யோசனையுடன் உள்ளே வந்தவள் நேற்று இரவும் இப்படி தானே ஆனது, ஏன்? இப்படி நடந்து கொள்கிறான் என குழம்பினாள்.

அவன் அந்த அப்பார்ட்மெண்டில் அவளது வீட்டிற்கு நேரே மேல் தளத்தில் மனைவியுடன் வசிப்பவன். இதுவரை ஒரு வார்த்தை கூட அவளிடம் பேசாதவன், அப்படி இருக்க அவன் இன்றும் தவறுதலாக தான் இவள் வீட்டின் மணியை அடித்திருப்பான் என்று நினைத்தாள். பாவம், அவளுக்கு அவனும் அந்த வைரஸ் பிடியிலிருந்த மீண்டவன் என்பது இன்னும் தெரியாமல் இருப்பது சுவாராஸ்யமானா விஷயம் தான்.

9

பத்தாவது வகுப்பிற்கு வந்த பத்தாவது நாளே ஆசிரியை எப்படிதான் கண்-டுபிடித்தார் என்று தெரியவில்லை. வகுப்பில் சங்கீதாவும் நானும் கண்களாலே பேசிக் கொள்வதை உணர்ந்தவர்களாய் "டிம்பிள் அண்ட் சங்கீதா,டோன்ட் டாக் ஈச் அதர்"என்றார். அதுவும் அவர் கரும்பலகையில் சூழலியல் சம்பந்தமாகப் படம் வரைந்து கொண்டிருந்தார். அவரால் எப்படி கண்டுபிடிக்க முடிந்தது என்பதை நினைக்கையில் வியப்பாக இருந்தது.

முன்பெல்லாம் குசுகுசுப்பான குரலில் எங்களுக்குள் பேசிக் கொள்வதை ஆண் ஆசிரியர்கள் அந்தளவு உணர்ந்து கொள்வதில்லை அல்லது பெரிதாகக் கண்டு கொள்வதில்லை. ஆனால்,பெண் ஆசிரியர்கள் எந்தளவு மெல்லிய குரலில் நாங்-கள் பேசிக் கொண்டிருந்தாலும் உடனே கண்டுபிடித்து தண்டனையும் தருவார்-கள். அப்பொழுது நாங்கள் நான்காம் பெஞ்சில் அமர்ந்திருப்போம். இப்பொ-ழுது சமூக இடைவெளியைப் பின்பற்ற வேண்டியிருப்பதால் ஆறாவது பெஞ்சில் அதுவும் தனித்தனியாக உட்கார வேண்டியிருக்கிறது. இதில் எப்படி குசுகுசுப்பாய் பேசிக் கொள்ளமுடியும். அதிலும் முகக்கவசம் நிச்சயம் அணிந்திருக்கவேண்டும். இல்லையெனில் திட்டுதான் விழும். மேலும் பள்ளியே முகக்கவசத்தைக் கொடுக்கி-றது. இன்னும் கொஞ்சநாள் போனால் முகக்கவசத்தில் பள்ளியின் பெயரும், சின்-னமும் இடம்பெறக் கூடும்.

முகக்கவசம் அணிந்து பேசினாலும் இப்பொழுதெல்லாம் ஓரளவுபுரிந்துக் கொள்ளமுடிகிறது. அதற்கு கண்களும் ஒருகாரணம் என்றுதான் சொல்லவேண்டும். ஏனெனில் கண்களில் வெளிப்படும் எந்தவித உணர்வும் எளிதில் உணர்ந்து கொள்-ளமுடிகிறது.

சங்கீதாவுடன் இப்பொழுதெல்லாம் வார்த்தைகளினால் உரையாடுவதில்லை. வெறும் கண்களாலே தெளிவாய் பேசிக் கொள்கிறோம். இது கொரானாவால் கிடைத்த பரிசா என்று தெரியவில்லை. ஏனெனில் முன்பு எண்ணங்களைத் தெரிவிப்பது கைகளாலும் பின் உச்சரிப்பின் மூலமாகவும் நடத்தப்பட்டது.

ஆனால்,பெண்களாகிய எங்கள் மனநிலை சற்று உயர்ந்த நிலையில் தான் இருக்-
கிறது. ஆசிரியைகளிடம் நாங்கள் எதையாவது முறையிடச் சென்றால் தூரத்திலே
நிற்க வைத்து கண்களைப் பார்த்தவுடனே பிரச்சனையைப் புரிந்து கொள்கிறார்-
கள். ஆசிரியர்கள் தான் பாவம். அவர்களுக்கு வார்த்தைகளால் விளங்க வைத்-
தால்தான் புரிகிறது. இதில் பெண்களாகிய நாங்கள் உணர்வுதிறன் மிக்கவர்களாக
இருந்தும் பல பெரிய விஷயங்களை வெளிப்படையாய் புரிந்துகொண்டும், கணக்-
குப்பாடத்தில் மட்டும் நாங்கள் ஏன் அவ்வளவு சிரமப்பட நேரிடுகிறது என்று புரி-
யவில்லை.

இதைப் பற்றியெல்லாம் பேசக்கூடிய ஒருவர் இருக்கின்றார் என்றால் அது
எதிர்வீட்டு லெக்சரர் தான். அவருடன் அப்படியொன்றும் நிறைய தடவைகள்
பேசியதில்லை. கடந்த இரண்டு வருடத்தில் நான்குமுறைதான் பேசியிருக்கிறேன்.
அதுவும் போனவாரம் வீட்டில் இருவருமே மின்தூக்கியில் சந்திக்கும் போது பேச
வேண்டியதாகிவிட்டது.

மின்தூக்கியில் மேலே சென்று கொண்டிருக்கும் போது மின்தடை ஏற்பட்டுவிட
அவருடன் பத்துநிமிடங்கள் பேசும் வாய்ப்பு கிடைத்தது. படிப்பைப் பற்றி கேட்ட-
றிந்தவர் என் பெயரையும் கேட்டார். பின் என் பெயரின் அர்த்தத்தைக் கேட்க
நானும் "உன்னையே நம்பு" என்பதே என் பெயரின் விளக்கம் என்றேன்.

"உன்னை எப்படி கூப்பிடறது"

"டிம்பிள்னு கூப்பிடுங்க. அதான் என் செல்லப் பெயர்" என்றேன். அப்படியே
பேச்சு கோவிட் இரண்டாம் அலைப் பற்றி திரும்பியது. என் பள்ளியில் நிகழ்கின்ற
மாற்றங்களைப் பற்றி சொன்னேன். அவரும் மனிதர்களிடம் நடக்கின்ற மாற்றங்க-
ளைக் கூறினார். அதற்குள் குடியிருப்புக் காவலர் மேலே மின்தூக்கியின் கதவரு-
கில் வந்து "சார், ஜெனெரேட்டர் நேத்துதான் சார் ரிப்பேர் ஆச்சு,நாளைக்குத்தான்
மெக்கானிக் வர்றதா சொல்லி இருக்கார். சாரி சார், கொஞ்ச நேரத்துல பவர் வந்-
துடும்" என்றார்.

"சரி நீங்க போங்க, நான் பார்த்துக்கிறேன்" என்றார் லெக்சரர்.

அதன் பிறகு என்னுடைய வானியல் இயற்பியல் அறிவுத்திறனை அவரிடம்
விவரித்தேன். காலத்தைப் பற்றி பேசிக் கொண்டிருக்கும் போது "டைம்ஜ கண்டு-
பிடிச்சிட்டியா" எனக் கேட்டார்.

"இல்ல" என்றேன்.

ஒளியின் வேகம்பற்றியும் அதைவிடப் பிரபஞ்சம் விரிவடைந்து கொண்டு செல்-
லும் வேகத்தையும் விவரித்தார்.

"சரி,ரொம்ப லேட்டாகுது, இப்போ நாம வெளியே தப்பிப்போமா?" எனக்
கேட்டார்.

"கரண்ட் இல்லையே" என்றேன்.

"இப்ப பாரு" என எங்கள் மின்தூக்கியின் கிரிலைத் திறந்தார். பின் கட்டடத்தில் இருந்த கதவை எட்டி உதைக்க அது அசைந்து கொடுத்ததே தவிர திறக்கவில்லை. என்னை அருகில் அழைத்து கட்டடத்திற்கும் மின்தூக்கிக்கும் இடைவெளியில் இருந்த சக்கரத்தைக் காட்டி இதைக்கொஞ்சம் இழுத்தால் இந்தக் கதவு திறந்து கொள்ளும் என அதைச் சரியாக செய்தபடி என்னைக் கதவை வெளிநோக்கித் தள்ளுமாறு கூறினார். நானும் அந்தக் கதவை பலம் கொண்டு தள்ள அந்தக் கதவும் இலகுவாகத் திறந்து கொண்டது.

"அருமையான டெக்னீக்கா இருக்கே" என்றேன்.

"இதைவிட அதிகமான எஸ்கேப் டெக்னிக் என்கிட்ட இருக்கு" என்றார் சிரித்தபடி. அப்படியே அவருடன் எங்கள் தளத்திற்கு வந்து பேசிக் கொண்டிருந்தோம். நான் யாருடன் பேசிக் கொண்டிருக்கிறேன் என்பதை அம்மா வெளியில் வந்து பார்த்துவிட்டு உள்ளே சென்றுவிட்டார்.

அதன் பின்னும் எங்கள் பேச்சு அதிக சுவாரஸ்யத்தில் சென்று கொண்டிருந்தது. என் ஆர்வமான டெலிப்போர்டேசன் குறித்து அவர் ஒத்துக் கொள்ளவேயில்லை. அதற்கான காரணங்களை அடுக்கிக் கொண்டே சென்றார். நானும் கடைசியில் அது அறிவியல் இல்லையென்றாலும் எனக்கு அப்படி யோசிப்பது பிடித்திருக்கிறது என்றேன்.

"இது தான் இந்த ஜெனரேசனோட வீக்னஸ்"என்றார். நானும் சளைக்காமல் இந்த ஜெனரேசனின் சாதனைகளை எடுத்துரைத்தேன். அவரோ, நாம சரியான பரிணாமத்தில் தான் போயிட்டு இருக்கிறோமா? நீயும்,நானும் வார்த்தைகளாலே எண்ணங்களைத் தெரியப்படுத்த வேண்டிய அவசியம் நிகழ்ந்திருக்கிறது என்றார். நானும், சங்கீதாவும் கண்களாலே பேசிக் கொள்ளும் வளர்ச்சியை அவரிடம் விவரித்தேன்.

அவரோ தன் பிள்ளைகளின் சிறுநடத்தையை வைத்தே என்ன நடந்திருக்கும் என்பதை பெற்றோர்கள் அறிந்து கொள்வார்கள். அதனால் இந்த கரோனா காலகட்டத்தில் நாம் எப்படி பரிணாமத்தில் செல்கிறோம் என்பதே முக்கியம் என்றார்.

லட்சம் உயிர்களை இந்த வைரஸ் பூமியிலிருந்து அழித்து விட்டது. இது பலகோடிகளில் இருந்திருந்தால் என்னவாகி இருக்கும். வெறும் உங்களைப் போன்ற இளம் தலைமுறைதான் இந்த பூமியில் மிச்சமிருந்திருக்கும். ஆனாலும், அதுவும் நிச்சயமில்லை. ஏனெனில் அந்த வைரஸ் தன்னை உருமாற்றிக் கொண்டு ஒருவேளை உங்கள் இளம் தலைமுறையை அழித்தாலும் அழிக்கக் கூடும்.

நான் உன்னிப்பாகக் கவனித்து வந்ததால் நான் எல்லாவற்றையும் புரிந்து கொள்கிறேன் என்று சந்தோஷத்துடன் மேலும் தொடர்ந்தார். சுருக்கமாக இந்த மனித இனம் தொலையுணர்வு போன்ற விஷயங்களை முழுவதும் உள்வாங்கிக் கொண்டு அடுத்த பரிணாமத்திற்குள் செல்லும் போது மற்ற உயிரினங்களையும்

இந்த மனித இனம் தொடர்பு கொள்ளமுடியும் என்றார். இந்த மாதிரி விஷயங்கள் எனக்கு புதியதாக இருந்தாலும், சில நேரங்களில் என் அம்மாவும் அவரது அண்ணனும் நினைத்த நேரத்திலே பேசிக் கொள்வதை பலமுறை பார்த்திருக்கிறேன். அப்பா கூட அம்மாவிடம் உன்னை அடிக்கணும்ணா உங்க அண்ணாகிட்ட பெர்மிஷன் வாங்கிட்டுதான் செய்யனும், இல்லைன்னா உடனே போன் வந்திடும் எனச் சொல்வார்.

என்னுடைய வானியற்பியல் ஆர்வத்தின் எல்லையையும் அவரே விவரித்தார்.

"இப்ப உனக்குப் பிரபஞ்சத்தின் மேல் ஒரு ஆச்சரியம், அங்கயென்ன இருக்குதுன்னு ஒர் ஆவல், இன்னும் கொஞ்ச நாளில் உன்னோட ஆர்வம் வேறொரு தளத்துக்குப் போகும். அப்ப உனக்கு தோணும் நாமும் விண்வெளிக்குப் போய்தான் பார்ப்போம்னு, அதற்கு ஏற்றார்போல் உன்னைத் தகுதியாக்கிக் கொள்" என்றார். அப்பொழுதுதான் என் கனவுகளின் உச்சம் அது என்பது புரிந்தது.

"ரெண்டு வருஷத்திற்கு முன்னாடி உன்னை முதலில் பார்த்தபோது, இந்த பொண்ணு இங்கே என்ன பண்றான்னு அப்ப சந்தேகப்பட்டேன். ஆனா இப்ப புரியுது".

"என்னைப் பார்த்தபோது, என்ன தோணுச்சு" என ஆர்வமாய் கேட்டேன். அவர் சிறிது நேர அமைதிக்குப் பின் "யூ ஆர் த நெக்ஸ்ட் கல்பனா சாவ்லா" என்றார்.

10

❧

நளினி பல முறை போன் செய்தும் அனு அக்கா பதிலளிக்காமல் இருப்பது அவளுக்கு ஆச்சரியத்தை கொடுத்தது. அவள் போன்செய்து யாரிடமாவது பேசிக் கொண்டிருக்கும் இயல்பை எல்லாம் பெற்றவளில்லை. தேவைகருதி மட்டுமே அவள் யாருக்காவது போன்செய்து பேசுவாள். ஆனால் அனு அக்கா அப்ப-டியெல்லாம் அமைதியாக இருக்கக்கூடிய ரகமில்லை. ஒரு நாளைக்கு குறைந்தது பதினைந்து முறையாவது போன் பேசிவிடுவாள். அப்படி தனது பேச்சு குறைந்த தினத்தில் தூக்கமில்லாது தவிப்பது வழக்கமான ஒன்றாகி விட்டது. எப்படியும் அவளுடன் நெருக்கமாக இருக்கும் நான்கு நபர்களுடன் பேசியே தீர வேண்டும். அப்படி பேசாமல் போனால் ஏதோ ஒன்றை இழந்து விட்ட உணர்வில் தவிப்பாள். பேசுவதில் தான் அப்படியோர் சுகானபவம் இருக்கிறது என்பதை அவள் எப்பொ-ழுதுமே உணர்ந்திருந்தாள்.

தன் உள்ளத்தில் இருப்பதை முழுவதும், தெளிவாகவும் மற்றவருக்கு கடத்த-கூடிய வழி பேச்சு தானே. பேச்சில் மயங்காதவர்கள் யார் தான் இருக்க முடியும். இந்த உலகில் உள்ள உயிரினத்திலே மனிதஉயிரினம் தான் பேசும் வல்லமையை பெற்றிருக்கிறது. அதனால் தான் இந்த உலகை தன் வயப்படுத்தி இருக்கிறது. அப்படிபட்ட ஓர் நிலையில் பேசுவதின் பலனை அடையாமல் இருக்கமுடியுமா?

பேச்சினாலே இந்த உலகை வெற்றிக் கொண்டவர்கள் எத்தனையோ பேர் இருக்கின்றனர். பேசுவதானாலே எத்தனையோ போர்கள் தவிர்க்கப்பட்டிருக்கின்றன. பேசுவதாலே எத்தனையோ சாம்ராஜியங்கள் நிலைத்திருக்கின்றன. பேச்சின் வல்-லமையாலே எத்தனையோ காதல்கள் வெற்றி பெற்றிருக்கின்றன. அதே போல் பேசாமல் இருந்ததாலே எத்தனையோ காதல்கள் கைகூடாமல் போயிருக்கின்றன. பேசுவதில் தான் எவ்வளவு ஆனந்தம் இருக்கிறது. மழலையின் பேச்சில் தான் எப்படியோர் பூரிப்பு மனதில் எழுகிறது. அதற்கு இணையான சிலிர்ப்பான உணர்வு இந்த மனித உயிரினத்திடம் உண்டா? இதையெல்லாம் உணராத பல ஜென்மங்கள் தான் இந்த பூமிக்கு பாரமாக வாழ்கின்றன.

பலர் எத்தனைமுறை அனு அக்காவை உளறுவாய் என்று சொன்னாலும் அவள் அதற்கெல்லாம் கவலைப்படுவதில்லை. சிலர் அவளை 'ஆகாசவாணி' என்று கூட அழைப்பதுண்டு. அதற்கெல்லாம் அவள் ஒன்றும் அசர கூடியவள் இல்லை. அவளுக்கு எப்பொழுதும் பேசிக்கொண்டே இருக்க வேண்டும். தூக்கத்-திலும் அவள் யாரிடமாவது பேசிக் கொண்டிருப்பது போன்றே கனவு வரும். இல்-லையென்றால் வானத்தில் பறந்து பறந்து எங்கெங்கோ செல்வது போல் இருக்கும். பலமுறை அவளுடன் விநாயகரும் தவழ்ந்து வருவது போல் எல்லாம் கனவு கண்-டிருக்கிறாள். அப்படிப்பட்ட கனவு வந்து முடிந்த காலையில் எழுந்ததும் விநாய-கருடன் தான் என்ன பேசிக் கொண்டிருந்தோம் என்று நினைவுப் படுத்திப் பார்ப்-பாள். ஆனால் இதுவரை அவள் அதன் உண்மையை உணர்ந்ததேயில்லை.

இதுவெல்லாம் ஓர் காலம் என்பது போல் இப்பொழுதெல்லாம் அனு அக்கா நடந்துக் கொள்கிறாள். அவளது கணவன் அவளை விட்டு போனதால் தான் அவள் பேச்சின் மூலம் தன் இருப்பை நிச்சயப்படுத்திக் கொள்கிறாளோ என்று நளினி நினைத்துக் கொள்வாள்.

நளினியின் அருகிலிருந்த போன் மணி ஒலிக்க அதில் அனு அக்காவின் பெயர் ஒளிர்ந்தது. உடனே எடுத்து ஆன் செய்து "என்னக்கா? ரொம்ப பிசியா இருக்க போல,எந்த கோட்டையை பிடிக்க போற "என்றாள்.

"அதெல்லாம் ஒன்னுமில்லடி"என்றாள் அனு அக்கா.

"அப்புறம் போன் அட்டெண்ட் பண்ணா தான் என்ன?"

"உன்னோட ஜாதகத்தை தாண்டி பார்த்திட்டு இருக்கேன்"

"உனக்கு வேற வேலையே இல்லையா?"

"இன்னும் நாப்பது நாளில வடக்கிலிருந்த உன்னை பொண்ணு கேட்டு வரு-வாங்க, பாரு"

"ஏன்? நான் நிம்மதியா இருக்கிறது உனக்கு பிடிக்கலையா".

"வயசாகுதே உனக்கு, வேலைக்கு போனா, போதுமா?"கல்யாணம் ஆக வேண்டாமா?"

"இங்க பாரு, வொர்க் ஃபிரம் ஹோம் தான் இன்னும் கொஞ்ச நாளைக்கு. இப்ப இருக்கிற சூழ்நிலையில் கல்யாணத்தை பத்தினா கொஞ்சம்கூட யோசிக்க முடியாது. உன் ஜோஸியத்தை வேறு எங்கேயாவது தூக்கி போடு"

"இதெல்லாம் அறிவியல் கணக்குடி, உனக்கு புரியாது, கழுதைக்கு தெரியுமா கற்பூர வாசனை, அப்புறம் பேசுறேன்"என அனு அக்கா தொடர்பை துண்டித்தாள்.

எப்படி தான் அனு அக்காவிற்கு ஜோஸியம் கற்றுக் கொள்வதில் நாட்டம் வந்-தது என்றே தெரியவில்லை. தனக்கு கிடைத்த ஓய்வு நேரங்களை தவிர்ப்பதற்காக தான் அவள் இதில் ஆர்வம் கொண்டாளோ என்னவோ? எப்பொழுதும் தன்னை எதிலாவது ஈடுபடுத்திக் கொண்டேயிருக்க வேண்டும் என்ற ஆவல் அவளை

இதில் கொண்டுபோய் விட்டுவிட்டது போலும். பெண்கள் மிகவும் குறைந்த துறை-
யான அதில் யாரை தான் தன் குருவாக ஏற்றுக் கொள்வது என யூடிபில்
கிடைத்த அனைத்தையும் சுடு தண்ணீர் வைப்பது எப்படி என கற்றுக் கொள்-
வது போல் கற்றுக் கொண்டாள். போதாதற்கு அவர்கள் குறிப்பிட்ட பல ஜோசிய
புத்தங்களை எல்லாம் வரவழைத்துப் படிக்க ஆரம்பித்துவிட்டாள். அவளது பெற்-
றோர்களும் அது குறித்து பெரியதாய் எதிர்ப்பு எதுவும் தெரிவிக்கவில்லை. நளி-
னியிடம் பேசும் போதெல்லாம் ”எல்லாம் இந்த முண்ணுத்து முப்பது பரல்கள்
தாண்டி, இதுலதான் எல்லார் ஆட்டமும் இருக்கு. இதுல சிலருக்கு முன்னபின்ன
இருக்கும். ஆனா இதை தாண்டி யாரும் எதுவும் பண்ண முடியாது”என மேலும்
பல விஷயங்கள் குறித்து சொல்லிக் கொண்டேயிருப்பாள்.

நளினிக்கு இது உபயோகமான விஷயம் இல்லை என்றாலும் கூட அனு
அக்கா சொல்வதில் சற்று சுவராஸ்யம் இருக்கதான் செய்தது. அதனால் அவள்
பேச்சை கெடுப்பதில்லை.

ஒருமுறை “அக்கா, இந்த ஜோசியம் எல்லாம் மனிதஉயிரினத்துக்கு மட்டும்-
தானா இல்ல, எல்லா உயிரினத்துக்கும் பொருந்துமா?” எனக் கேட்டாள். “எல்-
லாம் உயிரினத்துக்குமே பொருந்தும் நளினி, நீ மட்டும் சரியான பிறந்த நேரத்தை
கொடு, நான் கணிச்சிக் கொடுக்கிறேன்”என்றாள் கவனமாக.

அதற்கேற்றார் போல் நளினியும் தன் வீட்டில் மாடு ஒன்று பெண் கன்று ஈன்ற
சரியான நேரத்தை குறித்துக் கொண்டு அனு அக்காவிடம் சென்றாள்.

“அக்கா, இந்த நேரத்துல ஒரு குழந்தை பிறந்திருக்கு, இது என்னோட ப்ரண்-
டோட அக்காவிற்கு பிறந்த குழந்தை. இதுக்கு கொஞ்சம் ஜோசியம் பார்த்துச்
சொல்லு” என கொடுத்து ஒருவார கால அவகாசமும் தந்தாள். அதற்கு பிறகு
பலமுறை அனு அக்காவிடம் பேசினாலும் இந்த விஷயத்தை பற்றிய பேச்சை
எடுக்காமலே இருந்தாள். சரியாக ஒருவாரம் கழித்து அதைப் பற்றி கேட்க அனு
அக்காவோ ” இது பெண் குழந்தை சரியா”

“அக்கா, சரியா சொல்லிட்டீங்க” என்றாள் நளினி.

“அவளுக்கு அப்பா வீட்டிலிருந்து எந்த சப்போர்ட்டும் கிட்டாது, எல்லாம்
அம்மா வீட்ல இருந்து தான்”

“அப்புறம்”

“அவ ஜாதகம் நல்லா இருக்குடி, இப்பவே முழசா பார்க்க கூடாது. அவபோற
இடம் நல்லா உசித்தியான இடம் தான், அவ வயசுக்கு வந்ததுக்கு அப்புறம்
பார்க்கலாம்”என்றாள் அனு அக்கா.

நளினியும் சிரித்துக் கொண்டே “அக்கா,உண்மையை சொல்லுறேன். அது
நம்ம வீட்டு மாடு லஷ்மி கன்னு போட்ட நேரம் தான்” என்றாள். அவ்வளவுதான்,

அனு அக்கா உடனே தொடர்பை துண்டித்து விட்டு ஒருமாத காலம் நளினியிடம் எந்த தொடர்பையும் ஏற்படுத்தி கொள்ளவில்லை. நளினியும் பலமுறை சென்று அவளிடம் மன்னித்து விடும்படி கேட்டாலும் அனு அக்காவோ "என்னைப் பத்தி என்ன வேணா சொல்லு, அதுக்கு உரிமை இருக்கு, ஆனா என்னோட ஜோசி-யத்தைப் பற்றி பேச உனக்கு கொஞ்சம் கூட அருகதையில்லை" என மூஞ்சிள-டித்தார் போல் பேசிவிட, நளினியும் கோபமுடன் வீட்டிற்கு திரும்பினாள்.

அப்படி என்னதான் ஜோசியத்தில் இருக்கிறது என அவளும் யூடியில் ஜோசி-யர்களின் பேச்சை கேட்கத் தொடங்கினாள். ஒன்று மட்டும் அவளுக்கு தெளிவாக புரிந்து போனது. இந்த துறையில் ஞானம் பெறுவது என்பது அப்படியொன்றும் எளிதான விஷயமில்லை. எப்படியும் குறைந்தது ஏழு ஆண்டுகள் தங்களை அதனிடத்தில் ஒப்படைத்தால் மட்டுமே கொஞ்சமாவது கற்றுக் கொள்ளமுடியும். ஆனால், இதுவெல்லாம் அனு அக்காவிற்கு தோதுபட்ட சங்கதியில்லை. இந்தளவு ஆழமான விஷயங்களை கற்றுக் கொள்ள அவளுக்கு பொறுமையும் இல்லை, நேரமும் இல்லை. இதுவெல்லாம் ஆசையும், கவர்ச்சியின் பால் வளர்ந்த ஒன்று என நளினி முடிவுக்கு வந்தாள். பிறகு அனு அக்காவிடம் தான் உணர்ந்த விஷ-யங்களை கொஞ்சம் கொஞ்சமாக பகிர்ந்து கொண்டதும் அவள் சற்று சமாதன-மாகி சகஜமானால்.

ஆனால் நளினி ஒருபோதும் இந்த வைரஸ் காலகட்டத்தைப் பற்றி ஜோசியம் என்னச் சொல்கிறது என்பதை கேட்கவேயில்லை. ஏனெனில் இது பட்டவர்த்தமான பல உண்மைகளை இந்த உலகத்திற்கு வெளிச்சம் போட்டு காண்பித்துவிட்டது. அதனால் தானோ என்னவோ வளவளவென ஏதாவது ஒன்றைப் பற்றி யாரிடமா-வது பேசிக் கொண்டிருந்த அனு அக்கா, இப்பொழுதெல்லாம் சில நிமிடங்களிலே உரையாடலை முடித்துக் கொள்கிறாள். மேலும் பேசுவதற்கு எதுவும் இல்லை என்-பது போல் மௌனமாகி விடுகிறாள்.

இதைப் பற்றி அவளிடம் பேசியே தீர வேண்டும் என நளினி அனு அக்கா-விற்கு போன் செய்தாள். ஏனெனில் இந்த மாறுதல் ஒருவேளை அந்த வைரஸ் பாதிப்பினால் ஏற்பட்டு இருக்குமெனில் இது ஒரு பயங்கரமான அறிகுறி தான். நிச்சயம் இதுவேறு மாதிரியான விளைவுகளை வெவ்வேறான மனிதர்களிடம் ஏற்-படுத்தியிருக்க கூடும்.

"என்னடி சொல்லு, கால் பண்ணிட்டு அமைதியா இருக்கே"

"அக்கா, ப்ரீயா தானே இருக்கீங்க"

"ஆமா, என்ன விஷயம்"

"இல்ல, இப்பெல்லாம் நீ அஞ்சு நிமிஷத்துக்கு மேலே பேசுறதேயில்லை, ஒரு-வேளை அந்த வைரஸ் அட்டாக் ஆனதுனால தானேன்னு, எனக்கு சந்தேகமா இருக்கு" எனக் கேட்டாள் நளினி. அனு அக்காவோ முதல்முறையாக கனத்த

மௌனத்தை அவளுக்கு பதிலாக கொடுத்தாள்.

மௌனத்தை அவளுக்கு பதிலாக கொடுத்தாள்.